ਇਕ ਸੀ ਤਾਇਆ ਇਕ ਸੀ ਤਾਈ
TALES OF TAYA AND TAYEE

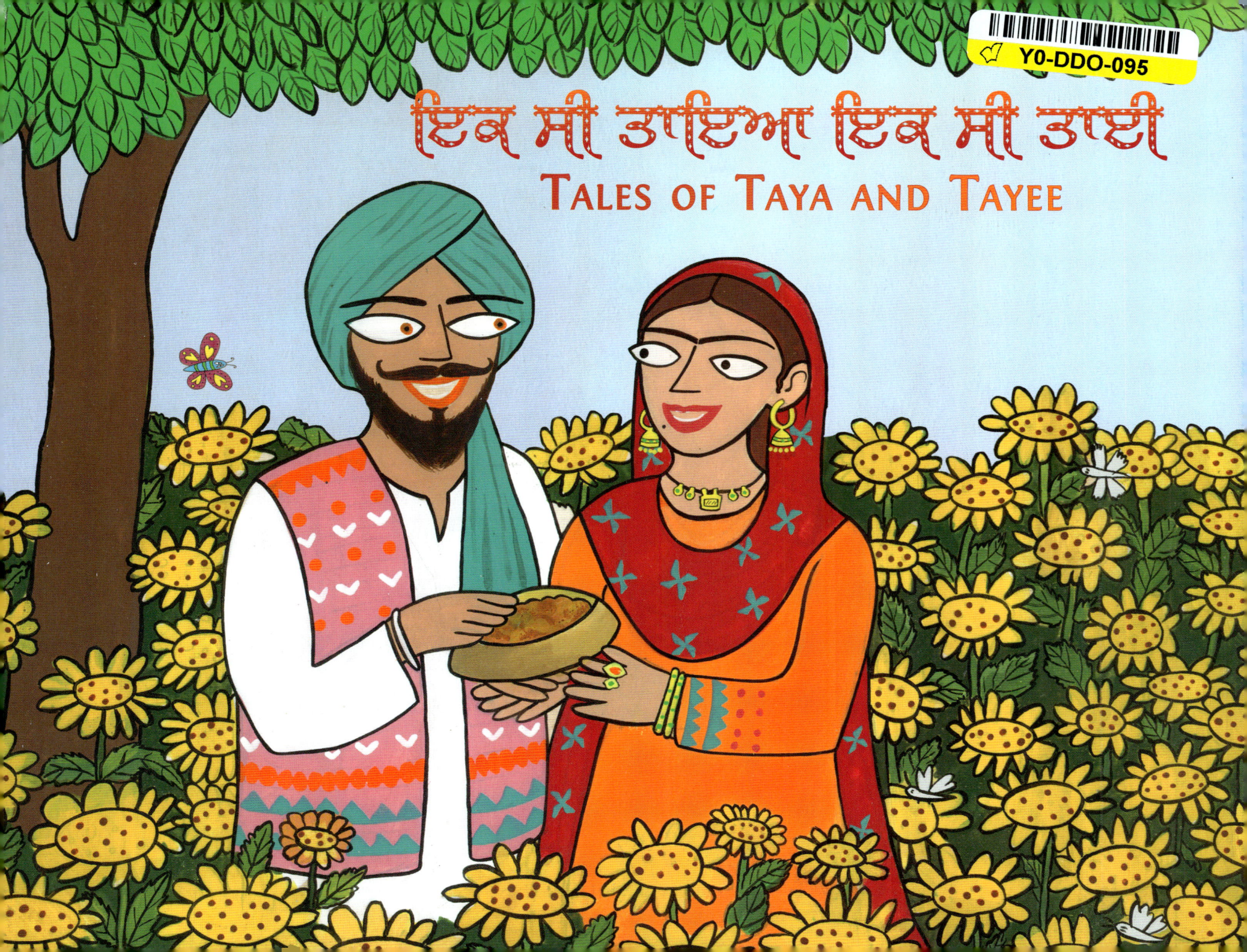

ਏਥੇ ਬੋਲੀ ਪੰਜਾਬੀ ਹੀ ਬੋਲੀ ਜਾਏਗੀ
ਉਰਦੂ ਵਿਚ ਕਿਤਾਬਾਂ ਦੇ ਠਣਦੀ ਰਹੇਗੀ
ਇਹਦਾ ਪੁੱਤ ਹਾਂ ਇਹਦੇ ਤੋਂ ਦੁੱਧ ਮੰਗਨਾਂ
ਮੇਰੀ ਭੁੱਖ ਇਹਦੀ ਛਾਤੀ ਤਣਦੀ ਰਹੇਗੀ

ਇਹਦੇ ਲੱਖ ਹਰੀਫ਼ ਪਏ ਹੋਣ ਪੈਦਾ
ਦਿਨ-ਬ-ਦਿਨ ਇਹਦੀ ਸ਼ਕਲ ਬਣਦੀ ਰਹੇਗੀ
ਉਦੋਂ ਤੀਕ ਪੰਜਾਬੀ ਤੇ ਨਹੀਂ ਮਰਦੀ
ਜਦੋਂ ਤੀਕ ਪੰਜਾਬਣ ਕੋਈ ਜਣਦੀ ਰਹੇਗੀ।

ਉਸਤਾਦ ਚਿਰਾਗ਼ਦੀਨ ਦਾਮਨ
(੪ ਸਤੰਬਰ ੧੯੧੧ - ੩ ਦਸੰਬਰ ੧੯੮੪)

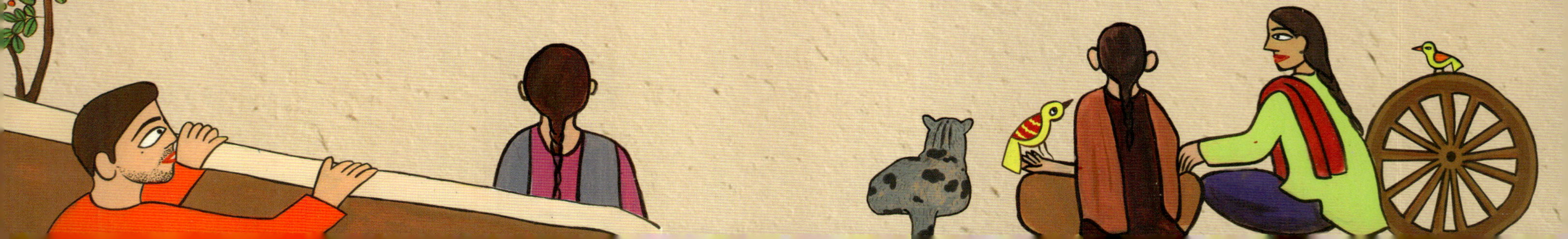

ਪਿਆਰੇ ਬੱਚਿਓ,

ਆਓ, ਪੁਰਾਣੇ ਵੇਲੇ ਦੇ ਪੰਜਾਬ ਵੱਲ ਚੱਲੀਏ ਤੇ ਤਾਏ ਨਿਹਾਲੇ ਨੂੰ ਮਿਲ਼ੀਏ। ਪਿੰਡ ਕੋਟਫਤੂਹੀ ਦਾ ਵਸਨੀਕ ਤਾਇਆ ਉਮਰ ਦਾ ਤਾਂ ਪੱਕਾ ਹੈ, ਪਰ ਦਿਲੋਂ ਨਿਰਾ ਨਿਆਣਾ। ਪਰ ਭੁਲੇਖੇ ਵਿਚ ਨਾ ਰਹਿਣਾ; ਤਾਇਆ ਕਦੇ-ਕਦੇ ਵੱਡੇ-ਵੱਡੇ ਫੈਲਸੂਫਾਂ ਨੂੰ ਵੀ ਚੁੱਪ ਕਰਾ ਦਿੰਦਾ ਹੈ। ਤਾਏ ਦੀਆਂ ਬਾਤਾਂ ਪੰਜਾਬ ਵਿਚ ਬੜੇ ਚਿਰ ਤੋਂ ਚੱਲਦੀਆਂ ਆ ਰਹੀਆਂ ਹਨ, ਬਸ ਉਨ੍ਹਾਂ ਦਾ ਨਾਂ-ਥੇਹ ਬਦਲਦਾ ਰਹਿੰਦਾ ਹੈ। ਆਓ ਜਾਣੀਏ ਤਾਏ ਨਿਹਾਲੇ ਨੂੰ, ਜੋ ਦੂਜਿਆਂ ਦਾ ਮੌਜੂ ਬਣਾਉਣ ਦੇ ਨਾ਼ਲ-ਨਾ਼ਲ ਅਪਣਾ ਮੌਜੂ ਵੀ ਬਣਾਉਂਦਾ ਹੈ। ਤੇ ਨਾ਼ਲ ਈ ਮਿਲ਼ੀਏ ਤਾਈ ਨਿਹਾਲੋ ਨੂੰ ਵੀ, ਜੋ ਕਿ ਤਾਏ ਨਾ਼ਲੋਂ ਵੀ ਚਾਰ ਰੱਤੀਆਂ ਵੱਧ ਹੈ।

ਇਸ ਕਿਤਾਬ ਰਾਹੀਂ ਮੈਂ ਤੁਹਾਨੂੰ ਪੰਜਾਬੀ ਲੋਕਧਾਰਾ ਦੇ ਦੋ ਮਾਹਿਰਾਂ ਸੋਹਿੰਦਰ ਸਿੰਘ ਵਣਜਾਰਾ ਬੇਦੀ ਤੇ ਸੁਖਦੇਵ ਮਾਦਪੁਰੀ ਨੂੰ ਵੀ ਮਿਲਾਣਾ ਚਾਹੁੰਦੀ ਹਾਂ। ਇਨ੍ਹਾਂ ਦੀ ਮਿਹਨਤ ਤੇ ਲਗਨ ਮੇਰੇ ਇਸ ਕੰਮ ਦਾ ਆਧਾਰ ਹੈ। ਇਨ੍ਹਾਂ ਦੀ ਮੈਂ ਦੇਣਦਾਰ ਹਾਂ। ਇਨ੍ਹਾਂ ਕਥਾਵਾਂ ਨੂੰ ਮੈਂ ਨਵੀਂ ਰੰਗਤ ਦਿੱਤੀ ਏ, ਜਿਹੜੀ ਕਿ ਇਨਸਾਨੀਅਤ ਦਾ ਪੱਲਾ ਨਹੀਂ ਛੱਡਦੀ ਤੇ ਔਰਤਾਂ ਨੂੰ ਬਣਦੀ ਥਾਂ ਦਿੰਦੀ ਹੈ।

ਅਖ਼ੀਰਲੀਆਂ ਦੋ ਕਹਾਣੀਆਂ ਮੇਰੀਆਂ ਅਪਣੀਆਂ ਘੜੀਆਂ ਹੋਈਆਂ ਨੇ; ਪਰ ਇਹ ਪੰਜਾਬ ਦੀ ਲੋਕਧਾਰਾ ਨਾ਼ਲ ਹੀ ਜੁੜੀਆਂ ਹਨ। ਚਿਤ੍ਰਕਾਰ ਗੁਰਜੀਤ ਸਿੰਘ ਨੇ ਇਹ ਸਾਰੀਆਂ ਮੂਰਤਾਂ ਕਿਤਾਬ ਵਾਸਤੇ ਹੱਥੀਂ ਵਾਹੀਆਂ ਨੇ, ਤੇ ਪੰਜਾਬੀ ਦੇ ਵੱਡੇ ਲਿਖਾਰੀ ਅਮਰਜੀਤ ਚੰਦਨ ਨੇ ਇਨ੍ਹਾਂ ਕਹਾਣੀਆਂ ਨੂੰ ਸੋਧਿਆ ਤੇ ਕਿਤਾਬ ਦਾ ਕਲਾ-ਨਿਰਦੇਸ਼ਨ ਕੀਤਾ ਏ। ਗੁਰਦੀਪ ਧਾਲੀਵਾ਼ਲ ਨੇ ਕਿਤਾਬ ਨੂੰ ਸੁਹਣਾ ਸਰੂਪ ਦਿੱਤਾ ਹੈ। ਮੇਰੀ ਆਸ ਏ ਕਿ ਕਹਾਣੀਆਂ ਦੇ ਨਾ਼ਲ ਹੀ ਹੱਥ-ਕਿਰਤਾਂ ਤੇ ਮੁਹਾਵਰਿਆਂ ਦੇ ਦੋ ਕੋਸ਼ ਤੁਹਾਡੇ ਗਿਆਨ ਵਿਚ ਵਾਧਾ ਕਰਨਗੇ ਅਤੇ ਪੰਜਾਬ ਤੇ ਪੰਜਾਬੀ ਦੇ ਨਾ਼ਲ ਤੁਹਾਡੀ ਸਾਂਝ ਗੂੜ੍ਹੀ ਹੋਵੇਗੀ।

ਪਿਆਰ ਨਾ਼ਲ,

ਗੁਰਮੀਤ ਕੌਰ

Dear Children,

Let's travel to Punjab of olden times to meet *Taya* Nihala. A resident of village Kot-Phatoohi, Taya is mature in age yet a child at heart. But do not doubt; Taya can sometimes leave even prominent philosophers speechless. Taya's tales have been passed on in Punjab for generations; only the names and places change. Let's get to know Taya Nihala, who teaches us to laugh at the world and ourselves. And let's also get to know *Tayee* Nihalo, who is one step ahead of Taya.

Through this book, I want to introduce you to the two giants of Punjabi folklore whose extensive documentation of folk tales forms the basis of this book, Sohinder Singh Vanjara Bedi and Sukhdev Madpuri. I am forever indebted to them. However, I retell these stories in a less patriarchal, gentler, and kinder way to all people.

The last two stories come from my imagination, yet, they are rooted in our folklore. I am fortunate to debut a brilliant artist, Gurjeet Singh, who hand-painted every story, to have Amarjit Chandan as an advisor, and to have Gurdeep Dhaliwal design this book. I hope that you will enjoy the two dictionaries at the end, one about the artifacts from Punjab and the other about idioms and proverbs used in this text, and hope that they prove to be valuable resources in bringing you closer to the land and language of Punjab.

With love,

Gurmeet Kaur

taya: father's elder brother; an elderly or a wise man
tayee: taya's wife

ਚਿਲਾਈ

CONTENTS

ਇਕ ਸੀ ਤਾਇਆ ਇਕ ਸੀ ਤਾਈ
ਸੋਹਣੇ ਪੰਜਾਬ ਦੀਆਂ ਮੋਹਣੀਆਂ ਬਾਤਾਂ - ੯

Tales of Taya and Tayee
Fascinating Folktales of Punjab - 9

Retold by
Gurmeet Kaur

Illustrated by
Gurjeet Singh

Advisor: **Amarjit Chandan**
Designer: **Gurdeep Singh Dhaliwal**
English Editor: **Shelby Steinhauer**

੧. ਕੁਹਾੜੇ ਦਾ ਦਲ਼ੀਆ

ਇਕ ਵਾਰੀ ਨਿਹਾਲ ਸਿੰਘ ਦੂਰ ਦੇ ਸਾਕ-ਸੰਬੰਧੀਆਂ ਨੂੰ ਮਿਲ਼ ਕੇ ਅਪਣੇ ਪਿੰਡ ਪਰਤ ਰਿਹਾ ਸੀ ਕਿ ਰਸਤੇ ਵਿਚ ਘੁਸਮੁਸਾ ਹੋਣ ਲੱਗਾ।

ਉਹਨੇ ਰਾਤ ਵੀ ਤਾਂ ਕਿਤੇ ਕੱਟਣੀ ਸੀ। ਉਸ ਕਿਸੇ ਪਿੰਡ ਦੇ ਘਰ ਦਾ ਬੂਹਾ ਜਾ ਖੜਕਾਇਆ। ਬੁੱਢੀ ਮਾਈ ਨੇ ਕੁੰਡਾ ਖੋਲ੍ਹਿਆ। ਨਿਹਾਲੇ ਨੇ ਅਪਣੀ ਮੁਸੀਬਤ ਦੱਸੀ ਤੇ ਮਾਈ ਨੇ ਉਹਨੂੰ ਅੰਦਰ ਲੰਘਾ ਲਿਆ। ਨਿਹਾਲੇ ਨੂੰ ਆਰਾਮ ਕਰਨ ਲਈ ਮੰਜਾ ਦੇ ਕੇ ਮਾਈ ਕਹਿਣ ਲੱਗੀ, "ਤੂੰ ਇਥੇ ਰਾਤ ਤਾਂ ਕੱਟ ਲੈ, ਪਰ ਤੇਰੇ ਖਾਣ ਲਈ ਮੇਰੇ ਕੋਲ਼ ਕੁਛ ਹੈ ਨਹੀਂ। ਮੇਰੀ ਸਾਰੀ ਰਸਦ ਮੁੱਕੀ ਹੋਈ ਏ।"

ਦਰਅਸਲ ਮਾਈ ਕੋਲ਼ ਰਸਦ ਤਾਂ ਬਥੇਰੀ ਸੀ, ਪਰ ਉਹ ਐਨੀ ਸੂਮ ਸੀ ਕਿ ਜਿਵੇਂ ਆਖਦੇ ਨੇ: ਪਿੱਛਿਓਂ ਹਾਥੀ ਲੰਘ ਜਾਏ, ਪਰ ਅੱਗਿਓਂ ਕੀੜੀ ਵੀ ਨਾ ਲੰਘੇ। ਨਿਹਾਲਾ ਸਭ ਸਮਝਦਾ ਸੀ। ਉਹ ਵੀ ਕੱਚੀਆਂ ਗੋਲ਼ੀਆਂ ਖੇਡਦਾ ਨਹੀਂ ਸੀ ਵੱਡਾ ਹੋਇਆ। ਪਰ ਉਹਦੇ ਢਿੱਡ ਵਿਚ ਚੂਹੇ ਨੱਚ ਰਹੇ ਸਨ। ਸੋਚੀਂ ਪੈ ਗਿਆ ਕਿ ਹੁਣ ਮੈਂ ਕੀ ਕਰਾਂ।

ਨਿਹਾਲੇ ਨੂੰ ਵਿਹੜੇ ਵਿਚ ਕੁਹਾੜਾ ਪਿਆ ਦਿਸਿਆ। ਉਹਨੂੰ ਫੁਰਨਾ ਫੁਰਿਆ। ਮਾਈ ਨੂੰ ਆਖਣ ਲੱਗਾ, "ਕੋਈ ਨਾ ਮਾਈ। ਤੂੰ ਮੇਰੀ ਬਾਂਹ ਫੜੀ ਏ, ਰੱਬ ਤੈਨੂੰ ਬਹੁਤਾ ਦੇਵੇ। ਆਪਾਂ ਦਸਤਾ ਲਾਹ ਕੇ ਏਸ ਕੁਹਾੜੇ ਦਾ ਹੀ ਦਲ਼ੀਆ ਬਣਾ ਲੈਂਦੇ ਹਾਂ। ਬਸ ਤੂੰ ਪਤੀਲਾ ਲਿਆ ਦੇ।"

1. The Axe Porridge

It happened once that Nihal Singh was returning to his village after visiting his faraway relatives, when darkness fell.

He had no choice but to stay the night along the way. He knocked on a door in a village, and an old lady inside unlatched the door. As Nihala related his ordeal, the lady invited him in. She gave him a cot upon which to rest and said, "You can spend the night here, but I don't have anything for you to eat. All my provisions are gone."

As a matter of fact, the lady had a lot of food, but she was very stingy. Nihala was no fool; he understood her intentions. But the poor thing was starving. He started to worry.

Just then, Nihala saw an axe lying in the courtyard. Suddenly, he had an idea. He said, "It's okay, *Mai*; you have held my hand; may God give you plenty. We will remove its handle and make some porridge out of this axe. Just bring me a pot, will you?"

mai: term of endearment for a motherly figure

ਮਾਈ ਨੂੰ ਤਾਏ ਦੀ ਗੱਲ ਦਾ ਕੋਈ ਸਿਰ-ਪੈਰ ਨਾ ਦਿਸਿਆ, ਭਲਾ ਕੁਹਾੜੇ ਦਾ ਦਲ਼ੀਆ ਕਿਵੇਂ ਬਣੂੰ? ਪਰ ਉਹਦਾ ਕਿਹੜਾ ਦੰਮ ਲੱਗਦਾ ਸੀ? ਮਾਈ ਨੇ ਝੱਟ ਨਿਹਾਲੇ ਨੂੰ ਪਤੀਲਾ ਲਿਆ ਫੜਾਇਆ। ਨਿਹਾਲੇ ਨੇ ਪਤੀਲਾ ਪਾਣੀ ਨਾਲ਼ ਭਰ ਕੇ ਚੁੱਲ੍ਹੇ ਉੱਤੇ ਰਖ ਦਿੱਤਾ। ਹੇਠਾਂ ਅੱਗ ਬਾਲ਼ ਦਿੱਤੀ। ਪਤੀਲੇ ਵਿਚ ਕੁਹਾੜੇ ਦਾ ਫਲ਼ ਪਾ ਦਿੱਤਾ। ਅੱਗ ਨੂੰ ਭਖਾਉਂਦਾ ਨਿਹਾਲਾ ਪਤੀਲੇ ਵਿਚ ਕੜਛੀ ਫੇਰੀ ਜਾਂਦਾ ਸੀ ਤੇ ਨਾਲ਼ ਪਾਣੀ ਨੂੰ ਇੰਞ ਚੱਖਦਾ ਸੀ, ਜਿਵੇਂ ਦਲ਼ੀਏ ਦਾ ਸੁਆਦ ਵੇਖਦਾ ਹੋਵੇ।

"ਮਾਈ ਦਲ਼ੀਆ ਤੇ ਬਣ ਰਿਹੈ। ਪਰ ਜੇ ਪਾਣੀ 'ਚ ਰਤਾ-ਕੁ ਮਿੱਠਾ ਪੈ ਜਾਵੇ, ਤਾਂ ਗੱਲ ਬਣ ਜਾਊ!"
"ਮਿੱਠਾ ਤੇ ਮੇਰੇ ਕੋਲ਼ ਹੈ," ਇਹ ਕਹਿੰਦਿਆਂ ਮਾਈ ਨੇ ਗੁੜ ਦੀ ਡਲ਼ੀ ਲਿਆ ਕੇ ਪਤੀਲੇ 'ਚ ਪਾ ਦਿੱਤੀ।

ਕੁਝ ਚਿਰ ਮਗਰੋਂ ਨਿਹਾਲੇ ਨੇ ਫੇਰ ਕਿਹਾ, "ਮਾਈ ਜੀ, ਦਲ਼ੀਆ ਤੇ ਤਿਆਰ ਹੋ ਰਿਹੈ, ਪਰ ਜੇ ਵਿਚ ਕੁਝ-ਕੁ ਕਣਕ ਦੇ ਦਾਣੇ ਪੈ ਜਾਣ, ਤਾਂ ਦਲ਼ੀਆ ਸੰਘਣਾ ਹੋ ਜਾਊ।" "ਦਾਣੇ ਤੇ ਮੇਰੇ ਕੋਲ਼ ਬਥੇਰੇ ਨੇ," ਕਹਿ ਕੇ ਮਾਈ ਨੇ ਬੁੱਕ ਦਾਣਿਆਂ ਦੀ ਲਿਆ ਪਤੀਲੇ 'ਚ ਪਾ ਦਿੱਤੀ।

ਨਿਹਾਲਾ ਅੱਗ ਭਖਾਈ ਜਾਂਦਾ ਸੀ, ਪਤੀਲੇ ਵਿਚ ਕੜਛੀ ਫੇਰੀ ਜਾਂਦਾ ਸੀ, ਤੇ ਨਾਲ਼-ਨਾਲ਼ ਦਲ਼ੀਆ ਚੱਖੀ ਜਾਂਦਾ ਸੀ।

The lady was surprised — how can one make porridge out of an axe? But what had she to lose? She quickly brought a pot and handed it to Nihala. He filled it up with water and put it atop the stove. He then lit the fire underneath and put the axe in the water. Stoking the fire, Nihala would stir the water with a ladle and, from time to time, he would taste the water as if checking on the porridge.

"Mai, the porridge is cooking, but if we add a little sweetener, it will turn truly delicious."
"Oh! I have something sweet!" said the lady as she fetched a lump of jaggery and put it into the pot.

A little while later, Nihala said, "Mai-ji, the porridge is cooking, but if we add a handful of wheat kernels, it will get a bit thicker."
"Oh! I have quite a bit of wheat," said the lady as she brought a handful of kernels and put them into the pot.

Nihala kept stoking the fire, stirring the porridge with the ladle and tasting it from time to time to see if it was ready.

"ਮਾਈ, ਬਸ ਦਲ਼ੀਆ ਤਿਆਰ ਸਮਝ। ਜੇ ਹੁਣ, ਵਿਚ ਰਤਾ-ਕੁ ਘਿਓ ਪੈ ਜਾਵੇ, ਤਾਂ ਕਿਆ ਕਹਿਣੇ।"
"ਇਹ ਤੇ ਹੈ," ਮਾਈ ਨੇ ਹਾਮੀ ਭਰਦਿਆਂ, ਘਿਉ ਦੀ ਕੌਲੀ ਲਿਆ ਕੇ ਪਤੀਲੇ ਵਿਚ ਪਾ ਦਿੱਤੀ।

"ਮਾਈ ਜੀ, ਔਹ ਲਓ ਤੁਹਾਡਾ ਦਲ਼ੀਆ ਹੋ ਗਿਆ ਜੇ ਤਿਆਰ।" ਮਾਈ ਝੱਟ ਦੋ ਛੰਨੇ ਲੈ ਆਈ। ਦੋਹਵਾਂ ਨੇ ਸੁਆਦੀ ਦਲ਼ੀਆ ਰੱਜ ਕੇ ਛਕਿਆ।

ਨਿਹਾਲਾ ਮੁਸਕੜੀਏ ਹੱਸੀ ਜਾਂਦਾ ਸੀ। ਤੇ ਬੁੱਢੀ ਮਾਈ ਵੀ ਖ਼ੁਸ਼ ਸੀ ਕਿ ਉਹਨੂੰ 'ਕੁਹਾੜੇ ਦਾ ਦਲ਼ੀਆ' ਬਣਾਉਣ ਦਾ ਨਵਾਂ ਢੰਗ ਪਤਾ ਲਗ ਗਿਆ ਹੈ।

ਉਹਨੇ ਸਵੇਰੇ ਉੱਠ ਕੇ ਦਲ਼ੀਆ ਰਿੰਨ੍ਹਣ ਦਾ ਇਹ ਨਵਾਂ ਤਰੀਕਾ ਅਪਣੀਆਂ ਗਵਾਂਢਣਾਂ ਨੂੰ ਦੱਸਣਾ ਸੀ।

"Mai, the porridge is almost done. It would be delightful if it had a touch of *ghee*."
"That is true." Agreeing, the old lady brought a small bowl of ghee and poured it into the pot.

"Mai-ji! Here you are! Your porridge is all ready." The lady quickly brought two bowls.
Both of them savored the delicious porridge to their hearts' content.

Amused, Nihala couldn't help smiling on the inside. The old lady, too, was very happy to have discovered a new recipe, that of the "axe porridge."

She would wake up and share the new recipe with her neighborhood friends the following day.

ghee: clarified butter

੨. ਦੱਬਿਆ ਖ਼ਜ਼ਾਨਾ

ਪਿੰਡ ਦੇ ਬੁਜ਼ੁਰਗ ਬਾਬੇ ਪੂਰਨੇ ਦਾ ਅੰਤ ਵੇਲਾ ਆ ਪੁੱਜਾ, ਪਰ ਉਹਨੂੰ ਹੱਥਾਂ-ਪੈਰਾਂ ਦੀ ਪਈ ਹੋਈ ਸੀ – ਉਹਨੂੰ ਅਪਣੇ ਨਖੱਟੂ ਪੁੱਤਾਂ ਦਾ ਖੌ ਜੋ ਖਾਈ ਜਾਂਦਾ ਸੀ। ਉਸ ਵਿਚਾਰੇ ਦੇ ਘਰ ਦਾ ਤਾਂ ਆਵਾ ਹੀ ਊਤਿਆ ਹੋਇਆ ਸੀ। ਸਾਰੇ ਪੁੱਤਰ ਬੜੇ ਆਲਸੀ ਤੇ ਨਿਕੰਮੇ ਸਨ। ਆਪਸ ਵਿਚ ਉਨ੍ਹਾਂ ਦੀ ਬਣਦੀ ਨਾ, ਤੇ ਵਾਹੀ-ਖੇਤੀ ਵਿਚ ਉਨ੍ਹਾਂ ਦਾ ਰਤਾ ਵੀ ਧਿਆਨ ਨਾ ਸੀ। ਨਾ ਵੇਲੇ ਸਿਰ ਵਾਹੀ-ਬੀਜੀ ਕਰਦੇ, ਨਾ ਫ਼ਸਲ ਸਾਂਭਦੇ। ਪੂਰਨਾ ਹਰ ਵੇਲੇ ਉਨ੍ਹਾਂ ਦੇ ਮਗਰ ਪਿਆ ਰਹਿੰਦਾ ਕਿ ਬਈ "ਘਰ ਵਸਦਿਆਂ ਦੇ, ਸਾਕ ਮਿਲ਼ਦਿਆਂ ਦੇ, ਤੇ ਖੇਤ ਵਾਹੁੰਦਿਆਂ ਦੇ!" ਤਾਂ ਵੀ ਉਹ ਡੱਕਾ ਭੰਨਕੇ ਦੂਹਰਾ ਨਾ ਕਰਦੇ।

ਪੂਰਨਾ ਸੋਚੀਂ ਪਿਆ ਰਹਿੰਦਾ, "ਮੇਰੇ ਮਗਰੋਂ ਖੇਤੀ ਕਿਵੇਂ ਚੱਲੂਗੀ? ਪੋਤੇ-ਪੋਤੀਆਂ ਕਿਵੇਂ ਪਲਣਗੇ? ਇਨ੍ਹਾਂ ਦਾ ਇੱਟ-ਕੁੱਤੇ ਦਾ ਵੈਰ ਕਿਵੇਂ ਮੁੱਕੇ ਤੇ ਖੇਤੀ 'ਚ ਮੋਹ ਕਿਵੇਂ ਪਵੇ?" ਹਾਰ ਕੇ ਉਹਨੇ ਤਾਏ ਨਿਹਾਲੇ ਨੂੰ ਸੱਦਿਆ। ਦੋਹਾਂ ਨੇ ਦਿਲ ਖੋਲ੍ਹ ਕੇ ਗੱਲਾਂ ਕੀਤੀਆਂ। ਪੂਰਨੇ ਨੂੰ ਚੈਨ ਆ ਗਿਆ।

ਪੂਰਨੇ ਨੇ ਅੰਤ ਵੇਲੇ ਅਪਣੇ ਪੁੱਤਾਂ ਨੂੰ ਬੁਲਾਇਆ ਤੇ ਆਖਿਆ, "ਪੁੱਤਰੋਂ, ਮੈਂ ਘੜੀ-ਪਲ ਦਾ ਪ੍ਰਾਹੁਣਾ ਹਾਂ। ਅਪਣੀ ਹੱਡ-ਭੰਨਵੀਂ ਕਮਾਈ 'ਚੋਂ ਜੋ ਬਚਤ ਕੀਤੀ ਸੀ, ਉਹ ਬੜੀ ਸਾਂਭ ਕੇ ਰੱਖੀ ਏ। ਟਾਹਲੀ ਆਲ਼ੇ ਖੇਤ ਵਿਚ ਮੇਰੇ ਹੱਥਾਂ ਦਾ ਦੱਬਿਆ ਖ਼ਜ਼ਾਨਾ ਏ। ਮੇਰੇ ਮਗਰੋਂ ਕੱਠਿਆਂ ਜਾ ਕੇ ਖ਼ਜ਼ਾਨਾ ਪੁੱਟ ਲੈਣਾ। ਜੇ ਕੋਈ ਮੁਸ਼ਕਲ ਆਵੇ, ਤਾਂ ਤਾਏ ਨਿਹਾਲੇ ਨਾਲ਼ ਗੱਲ ਕਰ ਲੈਣਾ।"

ਇਹ ਕਹਿ ਕੇ ਪੂਰਨੇ ਨੇ ਸਦਾ ਲਈ ਅੱਖਾਂ ਮੀਟ ਲਈਆਂ।

2. The Buried Treasure

A grand old farmer of the village, Baba Poorna, was nearing the end of this life, but he was restless and fearful. He was worried about his lazy, good-for-nothing sons, who took no interest in the family's sustenance from farming and didn't get along with each other. They couldn't care less about timely sowing and harvesting, nor did they worry about irrigating the crops. Poorna had to badger them into working, all day long, but to no avail.

Poorna wondered who would tend to the farms after he was gone. How would his grandchildren be raised? How could he make his sons get along with each other and fall in love with farming? Finally, he sent for Taya Nihala. They both discussed the problem at length. Poorna felt a sense of solace after the conversation.

Nearing the end, he summoned his sons and said, "Sons, my time is up. I toiled hard all my life and have guarded all our savings well. I secretly buried treasure in the fields where the *tahli* tree stands. Go and dig it out together after I am gone. If you run into any obstacles, seek Taya Nihala's guidance."

Saying this, Poorana breathed his last.

tahli: rosewood tree

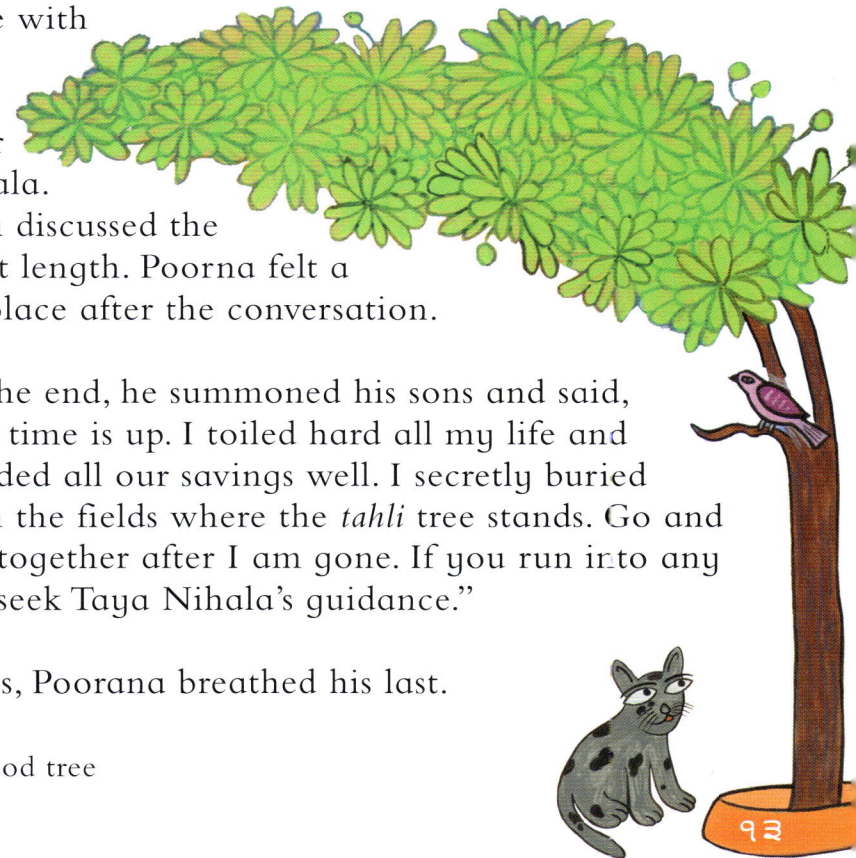

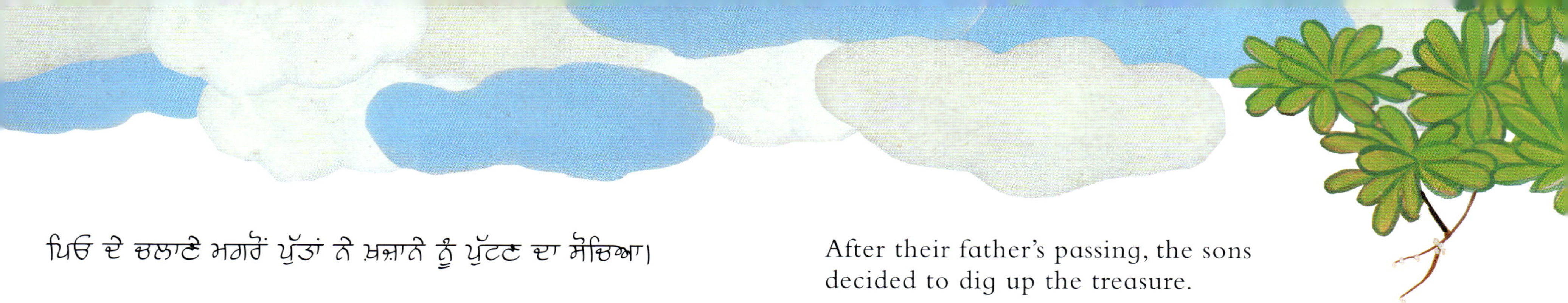

ਪਿਓ ਦੇ ਚਲਾਣੇ ਮਗਰੋਂ ਪੁੱਤਾਂ ਨੇ ਖ਼ਜ਼ਾਨੇ ਨੂੰ ਪੁੱਟਣ ਦਾ ਸੋਚਿਆ।

ਚਾਰੇ ਭਰਾ ਕਹੀਆਂ ਤੇ ਕੁਦਾਲ਼ਾਂ ਲੈ ਕੇ ਟਾਹਲੀ ਆਲ਼ੇ ਖੇਤ ਪੁੱਜ ਗਏ। ਉਨ੍ਹਾਂ ਖੇਤ ਦਾ ਹਰ ਖੂੰਜਾ ਪੁੱਟ ਸੁੱਟਿਆ। ਖੇਤ ਦੀ ਮਿੱਟੀ ਪੋਲੀ ਹੋ ਗਈ। ਕਈ ਦਿਨ ਟੱਕਰਾਂ ਮਾਰਦੇ ਰਹੇ, ਪਰ ਖ਼ਜ਼ਾਨਾ ਨਾ ਮਿਲ਼ਿਆ।

ਹਾਰ ਕੇ ਉਹ ਤਾਏ ਨਿਹਾਲੇ ਕੋਲ਼ ਗਏ।

ਤਾਏ ਨੇ ਸਾਰੀ ਗੱਲ ਸੁਣੀ ਤੇ ਕਿਹਾ, "ਤੁਸੀਂ ਹੌਸਲਾ ਨਾ ਹਾਰੋ। ਮਿੱਟੀ ਤੇ ਪੋਲੀ ਹੈ ਹੀ। ਹਿੰਮਤ ਨਾਲ਼ ਖੇਤ ਪੱਧਰੇ ਕਰ ਕੇ ਕਣਕ ਬੀਜ ਦਿਓ। ਵੇਲੇ ਸਿਰ ਪਾਣੀ ਦਿੰਦੇ ਰਹਿਣਾ। ਪਾਧਾ ਨਾ ਪੁੱਛੋ।"

ਚੌਹਾਂ ਭਰਾਵਾਂ ਨੇ ਰਲ਼ ਕੇ ਕਣਕ ਬੀਜ ਦਿੱਤੀ। ਰੌਣੀ ਵੀ ਕੀਤੀ। ਤਾਇਆ ਕਦੇ-ਕਦੇ ਗੇੜੀ ਮਾਰ ਕੇ ਭਰਾਵਾਂ ਦੀ ਹੌਸਲਾ-ਅਫ਼ਜ਼ਾਈ ਕਰ ਜਾਂਦਾ ਤੇ ਅਗਲਾ ਪਾਣੀ ਕਦੋਂ ਲਾਣਾ ਹੈ, ਇਹ ਵੀ ਦੱਸ ਜਾਂਦਾ। ਦਿਲ ਲਾ ਕੇ ਗੋਡੀ ਕਰਨ ਲਗਾ ਜਾਂਦਾ, ਨਦੀਣ ਪੁੱਟਣ ਅਤੇ ਕੀੜਿਆਂ ਤੇ ਬੀਮਾਰੀਆਂ ਤੋਂ ਬਚਾਉਣ ਦਾ ਦੱਸ ਜਾਂਦਾ। ਉਹ ਅਕਸਰ ਕਹਿੰਦਾ, "ਵੇਲੇ ਦੀ ਨਮਾਜ਼ ਕੁਵੇਲੇ ਦੀਆਂ ਟੱਕਰਾਂ! ਖੇਤੀ 'ਚ ਵੇਲੇ-ਸਿਰ ਕੰਮ ਕਰਨ 'ਤੇ ਬਾਅਦ 'ਚ ਘਬਰਾਣਾ ਨਹੀਂ ਪੈਂਦਾ।"

After their father's passing, the sons decided to dig up the treasure.

The four brothers went to the field carrying spades and shovels. Digging for days, they turned over the entire field. The soil came loose, but even after many days of grinding, the treasure was nowhere to be found.

Disheartened, they went to Taya Nihala.

Taya listened to them patiently and said, "Don't lose faith. Since the soil is already plowed, take heart, level it up, and sow the wheat. Just keep watering it on time. Do not overthink."

Hand in hand, the four brothers sowed the wheat. They irrigated the field as well. Taya would visit them from time to time, encouraging them, and reminding them of the time when the next irrigation would be due. He would talk them into pulling weeds and discuss how to deal with diseases and parasites. He would often say, "An ounce of prevention is worth a pound of cure," or "A stitch in time saves nine. One doesn't stress later if one tends to small details ahead of time."

ਸਮਾਂ ਪਾ ਕੇ ਫ਼ਸਲ ਉੱਗੀ।
ਬੜੀ ਭਰਪੂਰ ਫ਼ਸਲ ਸੀ।
ਸਾਰੇ ਪਿੰਡ ਨਾਲੋਂ ਇਨ੍ਹਾਂ ਦਾ ਖੇਤ ਵਧ ਨਿਸਰਿਆ।
ਨਿਸਰੀਆਂ ਪੈਲ਼ੀਆਂ ਹਵਾ ਵਿਚ ਝੂਮਦੀਆਂ ਸਨ।
ਲੰਮੀਆਂ, ਗੁੰਦੀਆਂ ਹੋਈਆਂ ਬੱਲੀਆਂ ਵਿਚ ਬੇਰਾਂ ਵਰਗੇ
ਮੋਟੇ-ਮੋਟੇ ਦਾਣੇ ਭਰ ਗਏ।
ਪੈਲ਼ੀ ਨੂੰ ਵੇਖ-ਵੇਖ ਭੁੱਖ ਲਹਿੰਦੀ ਸੀ।

ਤਾਇਆ ਨਿਹਾਲਾ ਫ਼ਸਲ ਵੇਖ ਨਿਹਾਲ ਹੋ ਗਿਆ। ਵਿਸਾਖੀ ਵਾਲ਼ੇ ਦਿਨ ਭਰਾਵਾਂ ਨੂੰ ਵਾਢੀ ਕਰਨ ਲਾ ਦਿੱਤਾ। ਜਦੋਂ ਕਣਕ ਦਾ ਬੋਹਲ਼ ਚੁੱਕਿਆ, ਤਾਂ ਸਾਰੇ ਪਿੰਡ ਨਾਲੋਂ ਵਧੇਰੇ ਝਾੜ ਨਿਕਲ਼ਿਆ।

ਓਨੀ ਭੋਇੰ ਵਿੱਚੋਂ ਕਦੇ ਕਿਸੇ ਨੇ ਇੰਨੇ ਦਾਣੇ ਨਹੀਂ ਸੀ ਕੱਢੇ। ਵਿਹਲੇ ਹੋ ਕੇ ਜਦ ਚਾਰੇ ਭਰਾ ਬੋਹਲ਼ ਦੇ ਕੋਲ਼ ਖ਼ੁਸ਼-ਖ਼ੁਸ਼ ਬੈਠੇ ਸੀ, ਤਾਂ ਤਾਇਆ ਨਿਹਾਲਾ ਓਥੇ ਆਇਆ।

ਚਾਰੇ ਭਰਾਵਾਂ ਨੇ ਤਾਏ ਨੂੰ ਜੱਫੀ ਪਾ ਲਈ ਤੇ ਆਖਿਆ, "ਤੂੰ ਤਾਂ ਸਾਡੇ ਕਪਾਟ ਹੀ ਖੋਲ੍ਹ ਦਿੱਤੇ, ਤਾਇਆ। ਸਾਡੇ ਬਾਪੂ ਦਾ ਗੱਡਿਆ ਖ਼ਜ਼ਾਨਾ ਸਾਨੂੰ ਮਿਲ਼ ਗਿਆ ਏ। ਸਾਨੂੰ ਰਾਹੇ ਪਾਉਣ ਲਈ ਤੇਰਾ ਭਲਾ ਹੋਵੇ।"

ਭਰਾਵਾਂ ਨੂੰ ਸਮਝ ਆ ਗਈ ਸੀ ਕਿ ਏਕਾ ਤੇ ਮਿਹਨਤ ਹੀ ਅਸਲ ਖ਼ਜ਼ਾਨਾ ਹੁੰਦੀ ਏ। ਤਾਏ ਨੇ ਪਿਤਾ ਮਗਰੋਂ ਭਰਾਵਾਂ ਦੇ ਸਿਰ 'ਤੇ ਹੱਥ ਧਰ ਕੇ ਉਨ੍ਹਾਂ ਨੂੰ ਕੱਚ ਤੋਂ ਕੰਚਨ ਬਣਾ ਦਿੱਤਾ ਸੀ।

In due course, the crop grew.
It was such a healthy crop.
Their field had the best blooms in the village.
The blooms looked beautiful as they swayed in the breeze.
Long stalks of wheat were studded with enormous grains as large as berries.
The fields were a sight to behold.

Taya Nihala felt a sense of bliss seeing the fields. He asked the brothers to start harvesting on the auspicious day of *Vaisakhi*. When they weighed the pile of the threshed grain, the yield turned out to be the largest in the village.

No one had ever produced so much grain from such a small patch of land. They looked happy sitting by the harvest after all the work was done. Taya Nihala came to them.

The four brothers hugged Nihala and said, "You have opened our eyes, Taya! We found our father's treasure in the field. God bless you for showing us the way."

The brothers had learned that real treasure lies in unity and hard work. Fulfilling Poorna's last wishes, Taya had turned his good-for-nothing sons into worthy gems.

vaisakhi: spring harvest festival

੩. ਖਚਰਾ ਜੱਟ

ਬਾਤ ਓਸ ਵੇਲੇ ਦੀ ਹੈ, ਜਦ ਤਾਏ ਦੇ ਦੋ ਜਵਾਨ ਪੁੱਤ ਖੇਤੀ ਵਿਚ ਉਹਦਾ ਹੱਥ ਵਟਾਉਂਦੇ ਸਨ ਤੇ ਸਾਰੇ ਕੰਮ-ਕਾਜ ਬੜੇ ਸੁਚੱਜੇ ਢੰਗ ਨਾਲ਼ ਚਲ ਰਹੇ ਸਨ।

ਤਾਏ ਦੇ ਐਨ ਗੁਆਂਢ ਵਿਚ ਬਿਸ਼ਨੇ ਜੁਲਾਹੇ ਦਾ ਟੱਬਰ ਰਹਿੰਦਾ ਸੀ। ਉਹਦੇ ਵੀ ਦੋ ਪੁੱਤ ਸਨ। ਉਨ੍ਹਾਂ ਦਾ ਤਾਣੇ-ਪੇਟੇ ਦਾ ਕੰਮ ਵੀ ਚੰਗਾ ਚੱਲਦਾ ਸੀ। ਪਰ ਗੁਆਂਢੀ ਨਿਹਾਲੇ ਹੋਰਾਂ ਦੀ ਚੰਗੀ ਕਮਾਈ ਵੇਖ ਕੇ ਉਨ੍ਹਾਂ ਨੇ ਵੀ ਮਨ ਵਿਚ ਖੇਤੀ ਕਰਨ ਦਾ ਧਾਰ ਲਿਆ। ਉਨ੍ਹਾਂ ਨੇ ਸਲਾਹ ਕਰ ਕੇ ਇਹ ਫ਼ੈਸਲਾ ਕੀਤਾ ਕਿ ਜਿਵੇਂ ਉਨ੍ਹਾਂ ਦਾ ਗੁਆਂਢੀ ਤਾਇਆ ਕਰੇਗਾ, ਉਹ ਵੀ ਉਵੇਂ ਹੀ ਕਰਨਗੇ। ਉਨ੍ਹਾਂ ਦੋਹਵਾਂ ਦੇ ਘਰਾਂ ਦੀ ਕੰਧ ਸਾਂਝੀ ਹੋਣ ਕਰਕੇ ਉਹ ਤਾਏ ਨਿਹਾਲੇ ਦੇ ਘਰ ਹੁੰਦੀ ਸਾਰੀ ਗੱਲਬਾਤ ਸੁਣ ਲੈਂਦੇ ਸਨ।

ਹਰ ਰਾਤ ਤਾਏ ਦਾ ਟੱਬਰ ਤਾਏ ਨਾਲ਼ ਅਗਲੇ ਦਿਨ ਕੀਤੇ ਜਾਣ ਵਾਲੇ ਕੰਮਾਂ ਦੀ ਸਲਾਹ ਕਰਦਾ ਹੁੰਦਾ ਸੀ: "ਮੁੰਡਿਓ ਸਵੇਰੇ ਸਾਝਰੇ ਜਾ ਕੇ ਹਲ਼ ਜੋੜ ਲਈਓ; ਨਾਲ਼ੇ ਫਲਾਹੀ ਆਲ਼ੇ ਖੇਤ ਨੂੰ ਬੀਜ ਦੇਣਾ, ਨਹੀਂ ਤਾਂ ਪੈਲ਼ੀ ਵੱਤਰ ਨਹੀਂ ਰਹਿਣੀ।"

3. The Mischievous Farmer

This story goes back to when Taya Nihala's two grown-up sons helped him out in farming, and all was going well.

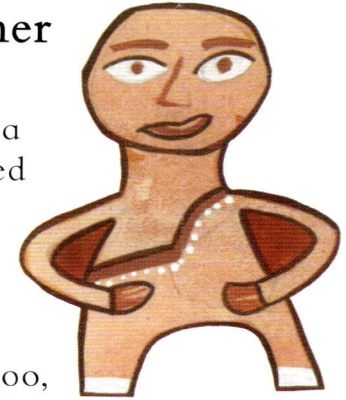

Next to Taya's house lived the family of Bishna, the weaver. He, too, had two sons. They were doing well in their clothes-weaving business. But, seeing Taya Nihala's success, they, too, decided to take up farming. They talked to each other and agreed that they would copy Taya's family and follow the family's moves. They had a common wall between their homes, and they could easily eavesdrop on Taya's conversations.

Every night, Taya and his family discussed the next day's plans:
"Hey, sons, go and start plowing early in the morning. Sow the land parcel with the *phalahi* tree; otherwise, you'll lose the soil dampness."

phalahi: acacia modesta tree

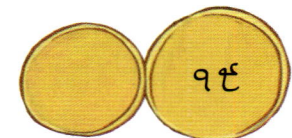

ਆਖ਼ਿਰ ਬਿਸ਼ਨੇ ਨੇ ਅਪਣਾ ਧੰਦਾ
ਤਿਆਗ ਕੇ ਵਟਾਈ ਉੱਤੇ ਜ਼ਮੀਨ ਲੈ ਲਈ
ਤੇ ਬਲ਼ਦਾਂ ਦੀ ਜੋੜੀ ਖ਼ਰੀਦ ਲਈ।

ਸਾਉਣੀ ਦੀ ਫ਼ਸਲ* ਦੇ ਦਿਨ ਸਨ। ਬਿਸ਼ਨੇ ਦਾ ਟੱਬਰ ਤਾਏ ਦੀ ਕੰਧ ਨਾਲ਼ ਕੰਨ ਲਾ ਕੇ ਭਲ਼ਕੇ ਕੀਤੇ ਜਾਣ ਵਾਲ਼ੇ ਕੰਮਾਂ ਦੀਆਂ ਗੱਲਾਂ ਸੁਣਦਾ, ਤੇ ਉਨ੍ਹਾਂ ਤੋਂ ਪਹਿਲਾਂ ਹੀ ਉਠ ਕੇ ਹਲ਼-ਪੰਜਾਲ਼ੀ ਜੋੜ ਕੇ ਕੰਮੀਂ ਲਗ ਜਾਂਦਾ। ਇਸ ਤਰ੍ਹਾਂ ਉਹ ਹਰ ਕੰਮ ਵਿਚ ਪਹਿਲ ਕਰੀ ਜਾਂਦੇ ਸਨ। ਸਾਉਣੀ ਦੀ ਬਿਜਾਈ ਉਨ੍ਹਾਂ ਨੇ ਤਾਏ-ਕਿਆਂ ਤੋਂ ਅਗੇਤੀ ਕਰ ਲਈ ਤੇ ਲੱਗੇ ਉਨ੍ਹਾਂ ਨੂੰ ਟਿੱਚਰਾਂ ਕਰਨ:

"ਖੇਤੀ ਮਹੁਰੀ ਦਾ ਕੀ ਏ? ਕਿਹੜੇ ਵੇਦ ਪੜ੍ਹਾਣੇ ਨੇ!
ਹਲ਼ ਦਾ ਕੀ ਵਾਹੁਣਾ ਏ? ਪਿੱਛੇ-ਪਿੱਛੇ ਜਾਣਾ ਏ!
ਫ਼ਸਲ ਦਾ ਕੀ ਵੱਢਣ ਏ? ਭਰ ਕਲ਼ਾਵੇ ਸੱਟਣ ਏ!
ਔਖਾ ਕੱਪੜ ਤਾਣ ਏ! ਸੌਖਾ ਲੀੜਾ ਪਾਣ ਏ!"

"ਜੱਟ ਐਵੇਂ ਸਦੀਆਂ ਤੋਂ ਇਹ ਕੰਮ ਕਰੀ ਜਾਂਦੇ ਨੇ। ਅਸੀਂ ਹੁਣ ਖੇਤੀ ਕਰਨ ਲੱਗੇ ਆਂ ਤੇ ਸਾਰਿਆ ਨਾਲ਼ੋਂ ਅੱਗੇ ਲੰਘ ਗਏ ਹਾਂ। ਸਾਡੇ ਮੱਕੀ ਦੇ ਖੇਤਾਂ ਵਿਚ ਜਾ ਕੇ ਤਾਂ ਵੇਖੋ, ਕਿਵੇਂ ਮੱਕੀ ਦੀਆਂ ਛੱਲੀਆਂ ਵਛੇਰੇ ਦੇ ਕੰਨਾਂ ਵਾਂਙੂੰ ਸੁਹਣੀਆਂ ਲਗਦੀਆਂ ਨੇ।" ਜਦ ਵੀ ਦਾਅ ਲਗਦਾ ਉਹ ਤਾਏ-ਕਿਆਂ ਦੀ ਲਾਹ-ਪਾਹ ਕਰਦੇ ਰਹਿੰਦੇ।

Finally, Bishna stopped weaving, rented a piece of land, and bought a pair of oxen.

It was the time of monsoon season crops. Bishna's family would eavesdrop on Taya's plans for the next day, get the plow ready, and engage in their work even before Taya's family. This way, they were always ahead. They completed the monsoon sowing before Taya's family and started taunting them:

"Farming, is it such a big deal?
You needn't read the scriptures to know it.
Plowing, is it such a big deal?
Just follow the furrow, and do it.
Harvesting, is it such a big deal?
Just cut the crop and pile it.
It's hard to weave the cloth!
But so easy it is to wear it!"

"The farmers have been farming for centuries. We just took it up and have surpassed all of them. Just go and see our fields lush with maize; the ears of corn look as beautiful as a foal's ears." Whenever they could, they didn't hesitate to insult Taya's family.

*ਸਾਉਣੀ ਦੀ ਫ਼ਸਲ – ਖ਼ਰੀਫ਼ ਦੀ ਫ਼ਸਲ ਜੋ ਕਿ ਬਾਰਿਸ਼ ਦੇ ਮਹੀਨਿਆਂ 'ਚ ਉਗਾਈ ਜਾਂਦੀ ਏ ਜਿਵੇਂ ਕਿ ਝੋਨਾ, ਬਾਜਰਾ, ਮੱਕੀ, ਮੂੰਗੀ, ਕਪਾਹ, ਗੰਨਾ (ਕਮਾਦ) ਆਦਿ

ਤਾਇਆ ਨਿਹਾਲਾ ਬਿਸ਼ਨੇ ਦੀਆਂ ਫੜ੍ਹਾਂ ਸੁਣ ਮੁੱਛਾਂ 'ਚ ਮੁਸਕਰਾਉਂਦਾ। ਉਹ ਇਹ ਜਾਣਦਾ ਸੀ ਕਿ ਇਨ੍ਹਾਂ ਜੁਲਾਹਿਆਂ ਨੂੰ ਖੇਤੀ ਦਾ ਕੀ ਪਤਾ। ਜੋ ਕੁਝ ਵੀ ਇਨ੍ਹਾਂ ਨੇ ਹੁਣ ਤੀਕ ਕੀਤਾ ਏ, ਉਹ ਉਹਦੀ ਅਗਵਾਈ ਕਰਕੇ ਕੀਤਾ ਏ।

ਟਿੱਚਰਾਂ ਸੁਣ-ਸੁਣ ਤਾਏ ਦਾ ਅੰਦਰਲਾ ਖਚਰਾ ਜੱਟ ਜਾਗ ਪਿਆ। ਮੱਕੀ ਗੋਡੇ-ਗੋਡੇ ਹੋ ਚੁੱਕੀ ਸੀ। ਤਾਏ ਨੇ ਆਥਣ ਵੇਲੇ ਅਪਣੇ ਪੁਤਰਾਂ ਨੂੰ ਉੱਚੀ-ਦੇਣੀ ਕਿਹਾ, "ਭਾਈ, ਸਵੇਰੇ ਸਾਝਰੇ ਜਾ ਕੇ ਮੱਕੀ ਨੂੰ ਸੁਹਾਗਾ ਦੇ ਆਉਣਾ।" ਬਿਸ਼ਨੇ ਦੇ ਮੁੰਡੇ ਤੜਕਸਾਰ ਉੱਠੇ ਤੇ ਲੱਗੇ ਅਪਣੀ ਮੱਕੀ ਦੇ ਖੇਤਾਂ ਨੂੰ ਸੁਹਾਗਾ ਦੇਣ। ਦੱਬ ਕੇ ਉਨ੍ਹਾਂ ਨੇ ਮੱਕੀ ਦਾ ਹੀ ਸੁਹਾਗਾ ਫੇਰ ਦਿੱਤਾ।

ਜਦ ਬਿਸ਼ਨੇ ਦਾ ਟੱਬਰ ਇਹ ਚੰਦ ਚਾੜ੍ਹ ਕੇ ਮੁੜ ਰਿਹਾ ਸੀ, ਤਾਂ ਪਿੰਡ ਦੇ ਸਾਰੇ ਜਣੇ ਉਨ੍ਹਾਂ ਵੱਲ ਵੇਖ-ਵੇਖ ਹੱਸਦੇ ਤੇ ਟਿੱਚਰਾਂ ਕਰਦੇ ਕਿ "ਨਕਲ ਵਾਸਤੇ ਵੀ ਅਕਲ ਚਾਹੀਦੀ ਏ।" ਤਾਏ ਨਿਹਾਲੇ ਨੇ ਬਿਨਾਂ ਕੁਝ ਕਹੇ ਬਿਸ਼ਨੇ ਨੂੰ ਸਿਖਾ ਦਿੱਤਾ ਸੀ:
ਵਾਹੀ ਜੱਟ ਦੀ, ਬਾਜ਼ੀ ਨੱਟ ਦੀ
ਤਾਣ ਜੁਲਾਹੇ ਦਾ, ਰਿਜ਼ਕ ਲਾਹੇ ਦਾ।

ਤੇ ਬਿਸ਼ਨੇ ਦੇ ਟੱਬਰ ਨੇ ਇਹ ਵੀ ਜਾਣ ਲਿਆ ਕਿ ਬੰਦੇ ਨੂੰ ਅਪਣੀ ਅਕਲ ਤੇ ਪਰਾਇਆ ਧਨ — ਬਹੁਤਾ ਜਾਪਦਾ ਏ।

Taya Nihala would hear Bishna's boastings and sneer. He knew that the weavers didn't know anything about farming. What they could accomplish thus far was through his direction.

Hearing the taunts again and again, the mischievous farmer inside him awakened. The maize had grown knee-high by now. Taya spoke loudly to his sons in the evening, "Do this first thing in the morning: go and run the leveler on the crops." Early the following day, Bishna's sons started leveling the maize. They did the job so thoroughly that they destroyed the whole crop.

As Bishna's sons returned home after leveling the fields, farmers in the village laughed at them. Taunting them, they said, "Even to copy someone, one needs some sense." Taya Nihala had taught Bishna a lesson without saying a word:
Farming is the job of the farmer
Just as an acrobat is good at somersaults
And a weaver is apt at warp and weft.
God's bounties bless all artisans in their crafts.

Bishna and his sons had learned another lesson as well; sometimes one's own wisdom and another person's wealth seem more significant than they really are.

੪. ਆਪੋ-ਆਪਣਾ ਸੁਭਾਅ

ਤਾਇਆ ਨਿਹਾਲਾ ਜਿਗਿਆਸੂ ਕਿਸਮ ਦਾ ਬੰਦਾ ਸੀ। ਹਰ ਅਨੋਖੀ ਸ਼ੈਅ ਤੇ ਹੋਣੀ ਨੂੰ ਧਿਆਨ ਨਾਲ਼ ਵੇਖਦਾ-ਪਰਖਦਾ ਤੇ ਵਿਚਾਰਦਾ। ਸਵਾਲ ਪੁੱਛਣ ਤੋਂ ਕਦੇ ਨਾ ਸੰਗਦਾ। ਤਾਏ ਨੇ ਇਸ ਗੁਣ ਨਾਲ਼ ਜੀਵਨ ਵਿਚ ਬਹੁਤ ਕੁਝ ਸਿੱਖਿਆ। ਹੋਰਨਾਂ ਦੇ ਤਜੁਰਬਿਆਂ ਤੋਂ ਮਿਲ਼ੇ ਮੁਫ਼ਤ ਸਬਕ ਉਹਦੇ ਲਈ ਅਨਮੋਲ ਹੁੰਦੇ। ਇਕ ਵਾਰੀ ਦੀ ਗੱਲ ਹੈ ਜਦ ਤਾਇਆ ਜਵਾਨ ਹੁੰਦਾ ਸੀ, ਇਨਸਾਨੀਅਤ ਦਾ ਇਹ ਸਬਕ ਉਹਦੇ ਦਿਲ ਵਿਚ ਇੰਞ ਘਰ ਕਰ ਗਿਆ।

ਇਕ ਸਵੇਰ ਕੋਈ ਬਾਬਾ ਨਦੀ ਦੇ ਕੰਢੇ ਵੱਡੇ ਦਰਖ਼ਤ ਹੇਠ ਬੈਠਾ ਤਪ ਕਰ ਰਿਹਾ ਸੀ। ਉਹਨੂੰ ਪਾਣੀ ਵਿਚ ਰੁੜ੍ਹਦਾ ਠੂੰਹਾਂ ਵਿਖਾਈ ਦਿੱਤਾ। ਬਾਬੇ ਨੇ ਖੂੰਡੀ ਨਾਲ਼ ਠੂੰਹੇਂ ਨੂੰ ਪਾਣੀ ਵਿੱਚੋਂ ਬਾਹਰ ਕੱਢਿਆ ਤੇ ਫੇਰ ਸਿਮਰਨ ਵਿਚ ਲੀਨ ਹੋ ਗਿਆ। ਠੂੰਹਾਂ ਰੀਂਗਦਾ ਬਾਬੇ ਦੇ ਪੈਰਾਂ ਕੋਲ਼ ਆ ਗਿਆ ਤੇ ਡੰਗ ਮਾਰਨ ਹੀ ਲੱਗਾ ਸੀ ਕਿ ਬਾਬੇ ਦਾ ਧਿਆਨ ਠੂੰਹੇਂ ਵਲ ਚਲੇ ਗਿਆ। ਬਾਬੇ ਨੇ ਖੂੰਡੀ ਨਾਲ਼ ਠੂੰਹੇਂ ਨੂੰ ਝਾੜੀ ਵਲ਼ ਧੱਕ ਦਿੱਤਾ। ਝੱਟ-ਕੁ ਮਗਰੋਂ ਠੂੰਹਾਂ ਫੇਰ ਰੀਂਗਦਾ ਬਾਬੇ ਦੇ ਪੈਰਾਂ ’ਤੇ ਚੜ੍ਹ ਗਿਆ ਤੇ ਉਹਨੂੰ ਡੰਗ ਮਾਰ ਗਿਆ।

ਬਾਬੇ ਨੇ ਚੀਸ ਵੱਟੀ। ਪਰ ਉਹ ਦਮਾਂ ਦਾ ਗਾੜ੍ਹਾ ਨਿਕਲ਼ਿਆ; ਠੂੰਹਾਂ ਫਿਰ ਖੂੰਡੀ ਨਾਲ਼ ਚੁੱਕ ਕੇ ਪਰ੍ਹਾਂ ਕਰ ਦਿੱਤਾ। ਠੂੰਹਾਂ ਵੀ ਟੱਸ ਤੋਂ ਮੱਸ ਨਾ ਹੋਇਆ। ਉਹ ਮੁੜ-ਘਿੜ ਬਾਬੇ ਦੀਆਂ ਲੱਤਾਂ ’ਤੇ ਚੜ੍ਹ ਜਾਇਆ ਕਰੇ ਤੇ ਬਾਬਾ ਉਹਨੂੰ ਮਾਰਨ ਦੀ ਥਾਂ, ਚੁੱਕ ਕੇ ਪਰ੍ਹੇ ਕਰ ਦਿਆ ਕਰੇ।

4. To Each His Own

Taya Nihala was an inquisitive man. He would observe and try to understand every unique thing and event around him. He never hesitated to ask questions. Through this virtue of his, he learned much in his life. Life lessons gained from other people's experiences were priceless to him. Once, he realized an essential truth about human nature when he was only a young lad.

One morning, a sage sat meditating under a big tree on a riverbank when he saw a scorpion drifting in the water. The sage took it out with his stick and immersed himself in meditation again. The scorpion came crawling close to the sage's feet and was just about to sting him when he noticed it. With his stick, he gently pushed it away towards a bush. After a short while, the scorpion crawled back towards the sage, and this time, it stung him on his foot.

The sage clenched his teeth in pain and pushed the scorpion away with his stick one more time. But the scorpion was relentless. It returned to the sage, but he picked it up and carefully whisked it out each time instead of killing it.

ਇਹ ਅਜੀਬ ਨਜ਼ਾਰਾ ਲਾਗੇ ਹੀ ਬਾਲਣ ਕੱਠਾ ਕਰਦਾ ਨਿਹਾਲਾ ਵੇਖ ਰਿਹਾ ਸੀ। ਉਸ ਕੋਲੋਂ ਹੁਣ ਰਿਹਾ ਨਾ ਗਿਆ। ਉਹਨੇ ਹੈਰਾਨੀ ਨਾਲ਼ ਬਾਬੇ ਨੂੰ ਪੁੱਛਿਆ, "ਮਹਾਰਾਜ! ਇਹ ਠੂੰਹਾਂ ਤੁਹਾਨੂੰ ਕਈ ਵਾਰੀ ਡੰਗ ਮਾਰ ਚੁੱਕਿਆ ਏ। ਪਰ ਤੁਸੀਂ ਇਹਨੂੰ ਮਾਰਨ ਜਾਂ ਪਾਣੀ 'ਚ ਠੇਲ੍ਹਣ ਦੀ ਬਜਾਏ ਝਾੜੀ 'ਚ ਸੁੱਟੀ ਜਾਂਦੇ ਹੋ; ਘੁੰਡੀ ਖੋਲ੍ਹੋ, ਮਹਾਰਾਜ!"

ਬਾਬੇ ਨੇ ਮੁਸਕਰਾ ਕੇ ਕਿਹਾ, "ਬੇਟਾ, ਇਹਦਾ ਸੁਭਾਅ ਡੰਗ ਮਾਰਨਾ ਹੈ। ਭਾਵੇਂ ਕੋਈ ਇਸ ਨਾਲ਼ ਚੰਗਾ ਕਰੇ, ਭਾਵੇਂ ਮਾੜਾ; ਇਹਨੇ ਤਾਂ ਡੰਗ ਮਾਰਨਾ ਹੀ ਮਾਰਨਾ ਹੈ। ਇਹਨੇ ਅਪਣਾ ਸੁਭਾਅ ਨਹੀਂ ਛੱਡਣਾ। ਦਰਵੇਸ਼ਾਂ ਦਾ ਸੁਭਾਅ ਖਿਮਾ ਤੇ ਦਇਆ ਕਰਨਾ ਹੁੰਦਾ ਹੈ। ਜਦ ਇਹ ਨਿਮਾਣਾ-ਜਿਹਾ ਜੀਅ ਅਪਣਾ ਸੁਭਾਅ ਨਹੀਂ ਛੱਡਦਾ, ਤਾਂ ਮੈਂ ਇਨਸਾਨ ਹੋ ਕੇ ਅਪਣਾ ਸੁਭਾਅ ਕਿਵੇਂ ਛੱਡ ਦੇਵਾਂ?"

ਬਾਬੇ ਦੇ ਇਹ ਬੋਲ ਸੁਣ ਕੇ ਨਿਹਾਲੇ ਦੀਆਂ ਅੱਖਾਂ ਖੁੱਲ੍ਹ ਗਈਆਂ। ਸਿਦਕ ਦਾ ਇਹ ਸਬਕ ਨਿਹਾਲੇ ਨੇ ਘੁੱਟ ਕੇ ਅਪਣੇ ਪੱਲੇ ਬੰਨ੍ਹ ਲਿਆ।

Young Nihala watched this remarkable incident while he was collecting firewood. He could not resist asking the sage, "*Maharaj!* The thing has stung you many times, but you've been pushing it away instead of killing it. Why?"

The sage said with a smile, "Young man, it's in the scorpion's nature to sting. It'll do that in any case, whether one is nice or mean to it. It will not forsake its character. But a dervish's nature is to forgive and be kind to everyone. If the littlest creature, the scorpion, would not forgo its nature, then why should I compromise with mine as a human being?"

The words of the sage illuminated Nihala's mind. He considered this valuable lesson of persistence and faith a blessing and decided not to let go of it his entire life.

maharaj: great king

੫. ਦੀਵੇ ਦੀ ਤਪਸ਼

ਬਿਸ਼ਨੇ ਤੇ ਨਿਹਾਲੇ ਦੀ ਦੋਸਤੀ ਬੜੀ ਅਨੋਖੀ ਸੀ। ਕਦੇ ਦੋਹਵੇਂ ਹੱਸਦੇ-ਖੇਡਦੇ ਤੇ ਇਕ ਦੂਜੇ ਦੇ ਕੰਮ ਆਉਂਦੇ ਤੇ ਕਦੇ ਨਿੱਕੀ-ਜਿਹੀ ਬਾਤ ਦਾ ਬਤੰਗੜ ਬਣਾ ਦਿੰਦੇ। ਇਕ ਵਾਰੀ ਨਿਹਾਲੇ ਦੀ ਘੋੜੀ ਨੇ ਬਹੁਤ ਸੁਹਣੀ ਵਛੇਰੀ ਜੰਮੀ। ਨਾਲ਼ ਹੀ ਬਿਸ਼ਨੇ ਦੀ ਮੱਝ ਨੇ ਕੱਟੀ ਜਣੀ।

ਸਰਦੀਆਂ ਦੇ ਦਿਨ ਸਨ। ਰਾਤਾਂ ਲੰਮੀਆਂ ਤੇ ਠੰਢੀਆਂ ਹੋਣ ਕਾਰਨ ਬਿਸ਼ਨਾ ਹਮੇਸ਼ਾ ਖਿੱਝਦਾ ਕਿ ਉਹਦਾ ਕੰਮ ਨਹੀਂ ਮੁੱਕਦਾ ਤੇ ਝੱਟ ਕੁ ਪਿੱਛੋਂ ਅੰਨ੍ਹੇਰਾ ਪੈ ਜਾਂਦਾ ਏ। ਨਾਲ਼ੇ ਠੰਢ ਵੀ ਏਨੀ ਕਿ ਰਾਤ ਨਹੀਂ ਲੰਘਦੀ।

ਨਿਹਾਲਾ ਉਹਦੀਆਂ ਸ਼ਿਕਾਇਤਾਂ ਸੁਣ ਉਹਨੂੰ ਟਿੱਚਰਾਂ ਕਰਦਾ। "ਇਹ ਤਾਂ ਕੋਈ ਗੱਲ ਨਹੀਂ! ਮੈਂ ਤੇ ਇਸ ਠੰਢ ਨੂੰ ਠੰਢ ਹੀ ਨਹੀਂ ਸਮਝਦਾ। ਦਿਨ ਛੋਟੇ ਹੀ ਸਹੀ, ਅਕਲ ਨਾਲ਼ ਕੰਮ ਲਵੋ, ਤਾਂ ਅੱਠ ਘੰਟਿਆਂ ਦਾ ਕੰਮ ਚਹੁੰਆਂ 'ਚ ਹੀ ਪੂਰਾ ਹੋ ਜਾਂਦਾ ਏ; ਤੇ ਰਾਤ ਦੀ ਵੀ ਅਪਣੀ ਹੀ ਬਾਤ ਹੁੰਦੀ ਏ। ਬੰਦਾ ਚਾਹਵੇ ਤੇ ਰਾਤ ਨੂੰ ਵੀ ਦਿਨ ਬਣਾ ਸਕਦੈ!"

ਇਕ ਦਿਨ ਦੋਹਾਂ ਵਿਚ ਸ਼ਰਤ ਲੱਗੀ। ਜੇ ਇਕ ਰਾਤ ਨਿਹਾਲੇ ਨੇ ਬਗ਼ੈਰ ਅੱਗ ਦੇ ਨਿੱਘ ਤੋਂ ਜਾਗਦਿਆਂ ਗੁਜ਼ਾਰ ਲਈ, ਤਾਂ ਬਿਸ਼ਨੇ ਦੀ ਕੱਟੀ ਨਿਹਾਲੇ ਦੀ। ਜੇ ਨਾ ਗੁਜ਼ਾਰੀ, ਤਾਂ ਨਿਹਾਲੇ ਦੀ ਵਛੇਰੀ ਬਿਸ਼ਨੇ ਦੀ। ਤੇ ਗਵਾਹੀ ਵਾਸਤੇ ਉਨ੍ਹਾਂ ਦੋ ਹੋਰ ਗੁਆਂਢੀ ਸੱਦ ਲਏ। ਨਾਲ਼ੇ ਗੱਲ ਹੋਈ ਕਿ ਹਾਰਨ ਵਾਲ਼ਾ ਸਾਰਿਆਂ ਨੂੰ ਰੋਟੀ ਵੀ ਛਕਾਏਗਾ।

5. The Heat of the Lamp

Bishna and Nihala's friendship was quite unusual. They both enjoyed a good laugh and helped each other out in need, but sometimes they would kick up a row for no reason. Once, Nihala's mare birthed a lovely foal, and around the same time, Bishna's buffalo also gave birth to a young calf.

It was wintertime. The long, cold nights annoyed Bishna. He complained that he could not finish his work, as it got dark too soon, and the freezing nights were too dreadfully long to pass.

Nihala mocked him as he listened to Bishna's complaints, "What's the big deal? I don't even call this cold. And so what if the days are short? If you'd function wisely enough, you could finish eight hours of work in four. And the night! It has charm; if one wants, nighttime can be fruitful, too."

One day, their arguments led to a bet. If Nihala could spend one whole night awake without the warmth of the fire, then he could have Bishna's calf. If he failed, then Bishna would have Nihala's foal. They invited their two neighbors to bear witness. Also, they agreed that dinner for all would be on the loser of the bet.

ਉਸ ਰਾਤ ਤਾਏ ਦਾ ਬਗ਼ੈਰ ਅੱਗ ਦੇ ਨਿੱਘ ਤੋਂ ਜਾਗਣਾ ਮਿਥਿਆ ਗਿਆ। ਨਿਹਾਲਾ ਪੜ੍ਹਨ ਦਾ ਸ਼ੌਂਕੀਨ ਸੀ। ਜਿਵੇਂ ਹੀ ਰਾਤ ਹੋਈ ਨਿਹਾਲਾ ਵਿਹੜੇ ਵਿਚ ਮੰਜੀ ਡਾਹ ਕੇ ਬਹਿ ਗਿਆ ਤੇ ਦੀਵਾ ਜਗਾ ਕੇ ਸਾਰੀ ਰਾਤ ਕਿਤਾਬਾਂ ਪੜ੍ਹਦਾ ਰਿਹਾ। ਸਵੇਰੇ ਬਿਸ਼ਨਾ ਸਣੇ ਗਵਾਹਾਂ ਦੇ ਨਿਹਾਲੇ ਨੂੰ ਮਿਲਣ ਆਇਆ। ਨਿਹਾਲੇ ਨੇ ਖ਼ੁਸ਼ੀ-ਖ਼ੁਸ਼ੀ ਕਿਹਾ, "ਭਾਈ, ਮੈਂ ਕਿਲਾ ਸਰ ਕਰ ਲਿਆ। ਲਿਆ ਹੁਣ ਅਪਣੀ ਕੱਟੀ, ਮੈਂ ਸ਼ਰਤ ਜਿਤ ਗਿਆਂ। ਸਾਰੀ ਰਾਤ ਇਥੇ ਬੈਠ ਕੇ ਪੜ੍ਹਦਾ ਰਿਹਾਂ। ਭਾਵੇਂ ਕਿਸੇ ਵੀ ਕਿਤਾਬ 'ਚੋਂ ਕੁਛ ਵੀ ਪੁੱਛ ਲੈ।"

"ਤੂੰ 'ਨੇਰ੍ਹੇ 'ਚ ਕਿਵੇਂ ਪੜ੍ਹਦਾ ਰਿਹੈਂ?" ਬਿਸ਼ਨੇ ਨੇ ਪੁੱਛਿਆ।
"ਹਨੇਰੇ 'ਚ ਨਹੀਂ, ਮੂਰਖਾ, ਇਹ ਦੀਵਾ ਜਿਹੜਾ ਬਲ਼ਦਾ ਸੀ।"
"ਫੇਰ ਤਾਂ ਤੂੰ ਸ਼ਰਤ ਹਾਰ ਗਿਐਂ, ਅਕਲ ਦਿਆ ਵੈਰੀਆ! ਸ਼ਰਤ ਤਾਂ ਇਹ ਸੀ ਕਿ ਤੂੰ ਅੱਗ ਦੇ ਨਿੱਘ ਤੋਂ ਬਗ਼ੈਰ ਰਾਤ ਲੰਘਾਵੇਂ। ਤੂੰ ਤਾਂ ਦੀਵੇ ਦੀ ਤਪਸ਼ ਨਾਲ਼ ਅਪਣਾ-ਆਪ ਨਿੱਘਾ ਰੱਖ ਛੱਡਿਆ ਈ। ਲਿਆ ਅਪਣੀ ਵਛੇਰੀ।" ਗਵਾਹਾਂ ਨੇ ਵੀ ਪਹਿਲਾਂ ਹੀ ਖਿਚੜੀ ਪਕਾਈ ਹੋਈ ਸੀ; ਸੋ ਉਨ੍ਹਾਂ ਨੇ ਬਿਸ਼ਨੇ ਦੇ ਪੱਖ 'ਚ ਹਾਮੀ ਭਰੀ।

ਨਿਹਾਲਾ ਡੌਰ-ਭੌਰ ਹੋ ਗਿਆ। ਉਹਨੇ ਬਿਸ਼ਨੇ ਨੂੰ ਸਮਝਾਉਣ ਦੀ ਕੋਸ਼ਿਸ਼ ਕੀਤੀ ਕਿ ਦੀਵੇ ਦੀ ਲੋਅ ਵਿਚ ਇੰਨੀ ਤਪਸ਼ ਨਹੀਂ ਸੀ ਕਿ ਉਹਨੂੰ ਨਿੱਘਿਆਂ ਰਖ ਸਕੇ। ਪਰ ਬਿਸ਼ਨੇ ਦੇ ਕੰਨਾਂ 'ਤੇ ਜੂੰ ਨਾ ਸਰਕੀ। "ਅੱਜ ਰਾਤ ਤੂੰ ਸਾਡੇ ਵਾਸਤੇ ਰੋਟੀ-ਟੁੱਕ ਤਿਆਰ ਰੱਖੀਂ, ਤੇ, ਅਪਣੀ ਵਛੇਰੀ ਵੀ," ਆਖਦਿਆਂ ਬਿਸ਼ਨਾ ਤੁਰ ਪਿਆ।

The night that Nihala was to spend completely awake without the warmth of the fire had finally arrived. Taya was an avid reader. At dusk, he sat on a cot in his courtyard, lit an earthen lamp, and read many books through the night. In the morning, Bishna appeared with the two witnesses. Nihala rejoiced, "Brother, I've won the bet. Give me your calf. I spent the whole night reading. You can ask me anything from these books."

"How could you read in the dark?" Bishna asked.
"Silly! It was not dark. The lamp was burning."
"Then you lose, you fool! The bet was to spend the night with no warmth from the fire. You kept warm with the lamp's heat. Give me your foal." The witnesses who were in cohoots with Bishna nodded in his favor.

Nihala was dumbfounded. He tried to make Bishna understand that the tiny flame of the earthen lamp was not enough to keep anybody warm. But Bishna did not budge. "We'll come to you tonight to have dinner, and yes, remember the foal," said Bishna as he left.

ਸ਼ਾਮ ਹੋਈ। ਬਿਸ਼ਨਾ ਸਣੇ ਗਵਾਹਾਂ-ਗੁਆਂਢੀਆਂ ਦੇ ਬੜੇ ਚਾਅ ਨਾਲ਼ ਨਿਹਾਲੇ ਦੇ ਘਰ ਪੁੱਜਿਆ। ਤਾਏ ਨੇ ਸਾਰਿਆਂ ਨੂੰ ਪਿਆਰ ਨਾਲ਼ ਅੰਦਰ ਬਿਠਾਇਆ। ਗੱਲਾਂ-ਬਾਤਾਂ ਕਰਦਿਆਂ, ਰੋਟੀ ਉਡੀਕਦਿਆਂ ਸਮਾਂ ਲੰਘ ਚੱਲਿਆ। ਸਾਰਿਆਂ ਦੀ ਭੁੱਖ ਚਮਕ ਪਈ, ਤਾਂ ਅਖ਼ੀਰ ਉਨ੍ਹਾਂ ਤਾਏ ਨੂੰ ਰੋਟੀ ਦਾ ਪੁੱਛਿਆ।

ਤਾਏ ਨੇ ਤਾਈ ਨੂੰ ਆਵਾਜ਼ ਮਾਰੀ, "ਨੀ ਨਿਹਾਲ ਕੁਰੇ, ਕੀ ਹਾਲੇ ਤੇਰੀ ਦਾਲ਼ ਨਹੀਂ ਰਿੱਝੀ? ਕਿੰਨਾ ਚਿਰ ਹੋ ਗਿਆ ਚੁੱਲ੍ਹੇ ਚੜ੍ਹਾਈ ਨੂੰ!"
ਤਾਈ ਨੇ ਖਿੱਝ ਕੇ ਜਵਾਬ ਦਿੱਤਾ, "ਤੂੰ ਆਪ ਹੀ ਰਿੰਨ੍ਹ ਲੈਣੀ ਸੀ। ਮੈਂ ਪੂਰਾ ਟਿੱਲ ਲਾ ਲਿਆ; ਮੈਥੋਂ ਨਹੀਂ ਪੱਕਦੀ ਦੀਵੇ ਦੀ ਲੋਅ ਵਿਚ ਦਾਲ਼।"

"ਹੈਂ! ਨਿਹਾਲਿਆ, ਤੇਰਾ ਦਮਾਗ ਤਾਂ ਠੀਕ ਐ?" ਗੁਆਂਢੀਆਂ ਨੇ ਹੈਰਾਨ ਹੋ ਕੇ ਆਖਿਆ, "ਕਿਤੇ ਦੀਵੇ ਨਾਲ਼ ਵੀ ਦਾਲ਼ ਪੱਕਦੀ ਏ?"
"ਵਾਹ ਭਾਈ, ਅਪਣਾ ਨੀਂਗਰ ਪਰਾਇਆ ਢੀਂਗਰ! ਜੇ ਦੀਵੇ ਦੀ ਤਪਸ਼ ਮੈਨੂੰ ਨਿੱਘਾ ਰਖ ਸਕਦੀ ਏ, ਤਾਂ ਦਾਲ਼ ਕਿਉਂ ਨਹੀਂ ਪਕਾ ਸਕਦੀ?"
ਨਿਹਾਲੇ ਨੇ ਨਹਿਲੇ 'ਤੇ ਦਹਿਲਾ ਸੁੱਟਿਆ।

ਇਹ ਸੁਣ ਸਾਰੇ ਗਵਾਹ ਬਿਸ਼ਨੇ ਨੂੰ ਸਮਝਾਉਂਦੇ-ਬੁਝਾਉਂਦੇ ਆਪੋ-ਆਪਣੇ ਘਰੀਂ ਚਲੇ ਗਏ।

In the evening, Bishna reached Nihala's place with his two neighbors as his witnesses. Taya lovingly welcomed them in. They spent the evening chatting away while awaiting dinner. When their hunger became unbearable, they reminded Nihala of the food.

Nihala called his wife, "Darling, Nihalo, is the *daal* not ready yet? It has been on the stove for rather long."
Tayee was not pleased, "Why don't you prepare it yourself? I have tried hard; I give up cooking with the lamp's heat!"

"What? Nihala, are you in your right mind? How is it possible to cook daal with the lamp's heat?" the neighbors asked astonishingly.
"Well, Well! If the lamp's heat could keep me warm, how is it not possible to cook daal with it?" Taya shot back.

The neighbors were embarrassed. Trying to convince Bishna that he had not won the bet, they all went home.

daal: lentil stew

੬. ਅੱਧਾ ਇਨਾਮ

ਤਾਏ ਨਿਹਾਲੇ ਤੇ ਗੁਆਂਢੀ ਬਿਸ਼ਨੇ ਦਾ ਦੀਵੇ ਦੀ ਤਪਸ਼ ਵਾਲ਼ਾ ਝੇੜਾ ਮੁੱਕਿਆ ਨਾ। ਬਿਸ਼ਨਾ ਤਾਏ ਨਾਲ਼ੇ ਇਸ ਗੱਲ ’ਤੇ ਆਏ-ਦਿਨ ਆਢਾ ਲਾ ਬਹਿੰਦਾ ਕਿ ਤਾਏ ਨੇ ਉਸ ਸ਼ਰਤ ਵਾਲ਼ੀ ਰਾਤ ਨੂੰ ਦੀਵੇ ਦਾ ਨਿੱਘ ਨਹੀਂ ਸੀ ਮਾਨਿਆ। ਨਾਲ਼ੇ ਮੱਕੀ ਵਾਲ਼ੀ ਗੱਲ ਵੀ ਤੇ ਉਹਨੂੰ ਚੁੱਭਦੀ ਰਹਿੰਦੀ ਸੀ।

ਤਾਇਆ ਵੀ ਤਾਂ ਆਖ਼ਿਰ ਤਾਇਆ ਸੀ। “ਬਿਸ਼ਨਿਆਂ, ਆ ਦਾਲ਼ ਛਕਾਵਾਂ!” ਤੇ “ਮੱਕੀ ਦੀਆਂ ਛੱਲੀਆਂ ਖੋਤੇ ਦੇ ਕੰਨਾਂ ਜਿੱਡੀਆਂ ਹੋਈਆਂ ਕਿ ਨਹੀਂ?” ਕਹਿ-ਕਹਿ ਮਿਹਣੇ ਮਾਰਦਾ ਤੇ ਮੁੜ-ਘਿੜ ਸੁੱਤੀ ਕਲਾ ਜਗਾਉਂਦਾ ਰਹਿੰਦਾ। ਬਿਸ਼ਨਾ ਅਕਸਰ ਦੰਦ ਪੀਹ ਕੇ ਰਹਿ ਜਾਂਦਾ।

ਪਰ ਇਕ ਦਿਨ ਦੋਹਾਂ ਵਿਚਲਾ ਵਖਾਧ ਵੱਧ ਗਿਆ। ਗੱਲ ਤੂੰ-ਤੂੰ ਮੈਂ-ਮੈਂ ਤੋਂ ਹੋਰ ਅੱਗੇ ਵਧਦੀ ਹੱਥੋਪਾਈ ਤਕ ਪੁੱਜ ਗਈ। ਰੱਬ-ਸਬੱਬੀ ਰਾਣੀ ਦੇ ਸਿਪਾਹੀਆਂ ਨੇ ਰੌਲ਼ਾ ਸੁਣ ਕੇ ਤਾਏ ਤੇ ਬਿਸ਼ਨੇ ਨੂੰ ਫੜ ਲਿਆ ਤੇ ਸ਼ਾਂਤ ਹੋਣ ਲਈ ਕਿਹਾ ਵਰਨਾ ਰਾਣੀ ਦੇ ਅੱਗੇ ਪੇਸ਼ ਹੋਣ ਲਈ ਧਮਕਾਇਆ।

ਤਾਏ ਨੂੰ ਤਾਂ ਪਹਿਲਾ ਹੀ ਰਾਣੀ ਦੇ ਦਰਸ਼ਨ ਕਰਨ ਦਾ ਸ਼ੌਂਕ ਸੀ। ਪਰ ਰਾਣੀ ਦੇ ਦਰਸ਼ਨ ਕਿਵੇਂ ਹੋਣ, ਉਹਨੂੰ ਹਾਲੇ ਤੀਕਣ ਸੁੱਝਿਆ ਨਹੀਂ ਸੀ। ਅਪਣੇ ਦਿਲ ਦੀ ਮੁਰਾਦ ਪੂਰੀ ਹੁੰਦਿਆ ਵੇਖ ਹਰਨ ਹੋਣ ਦੀ ਥਾਂ ਤਾਏ ਨੇ ਹੋਰ ਭਸੂੜੀ ਪਾ ਦਿੱਤੀ, ਤਾਂ ਜੁ ਸਿਪਾਹੀ ਉਹਨੂੰ ਰਾਣੀ ਦੀ ਕਚਿਹਰੀ ’ਚ ਪੇਸ਼ ਕਰਨ। ਰਾਣੀ ਦੇ ਸਿਪਾਹੀ ਦੋਹਵਾਂ ਨੂੰ ਫੜ ਕੇ ਕਚਿਹਰੀ ਲੈ ਆਏ।

6. Half the Reward

The dispute about the lamp's heat between Taya Nihala and the neighbor Bishna did not end there. Bishna refused to agree that Taya did not bask in the lamp's warmth that night and would bring it up every now and then. And how could he forget the saga of the maize crop?

But Taya was, afterall, Taya. “Bishna, come, I'll serve you the daal!” or “Hey, have the corn ears grown as big as ‘a donkey's ears' yet?” he would tease him and invoke the clashing repeatedly. Bishna would often hold his tongue.

But one day, their argument escalated, and they came to blows. Coincidentally, the queen's police came after hearing the scuffle and warned them to behave themselves. If not, they would be taken to the queen's court.

Taya Nihala had always wanted to visit the queen, but not knowing how to accomplish this, he had yet to see her. Now seeing his dearest wish about to be fulfilled, he created more of a ruckus so the police would present him before the queen. The queen's police took Taya and Bishana to the royal court.

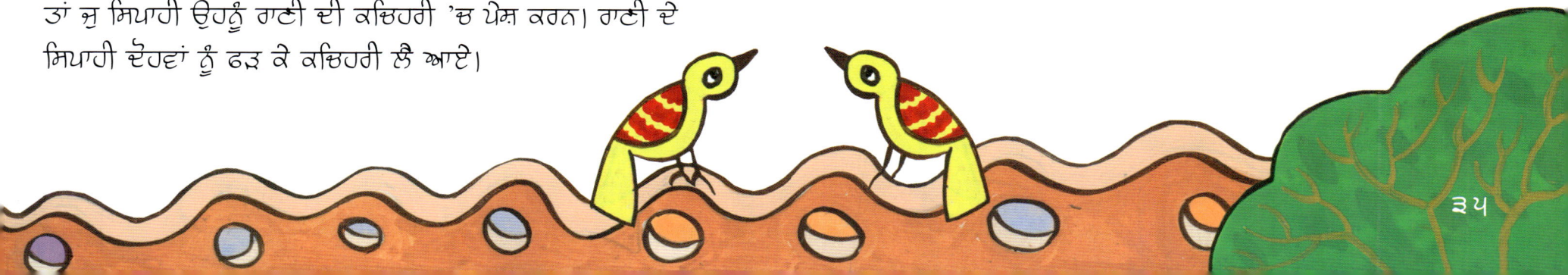

ਰਾਣੀ ਦੇ ਹੁਕਮ 'ਤੇ ਦੋਹਵਾਂ ਨੇ ਆਪਣੀ-ਆਪਣੀ ਵਿਥਿਆ ਸੁਣਾਈ। ਬਿਸ਼ਨੇ ਨੇ ਆਪਣੀ ਮੱਕੀ ਦੇ ਮਲੀਆਮੇਟ ਹੋਣ ਦੀ ਕਹਾਣੀ ਵੀ ਰਾਣੀ ਨੂੰ ਦੱਸੀ। ਰਾਣੀ ਬਿਸ਼ਨੇ ਦੇ ਪੱਖ 'ਚ ਬੋਲੀ ਅਤੇ ਤਾਏ ਨੂੰ ਤਾੜਿਆ। ਪਰ ਤਾਏ ਦੀ ਹਾਜ਼ਿਰਜਵਾਬੀ ਤੇ ਅਕਲ 'ਤੇ ਵੀ ਖ਼ੁਸ਼ ਹੋਈ। ਤਾਏ ਨੂੰ ਬਿਸ਼ਨੇ ਦੀ ਮੱਕੀ ਦਾ ਹਰਜਾਨਾ ਭਰਨ ਦੇ ਹੁਕਮ ਮਗਰੋਂ ਉਹਨੇ ਦੂਜਾ ਮੁਆਮਲਾ ਬਰਾਬਰੀ ਦੇ ਹੱਕ 'ਚ ਸੁਣਾ ਕੇ, ਮਸਲੇ ਨੂੰ ਰਫ਼ਾ-ਦਫ਼ਾ ਕੀਤਾ। ਇਹ ਸੋਚੀ ਦੇ ਕੇ ਕਿ "ਹੱਥ ਨੂੰ ਹੱਥ ਧੋਂਦਾ ਏ ਤੇ ਗੁਆਂਢੀਆਂ ਨੂੰ ਪਿਆਰ ਨਾਲ ਵਿਚਰਨਾ ਸੋਭਦੈ," ਦੋਹਾਂ ਨੂੰ ਆਪੋ-ਆਪਣੇ ਰਾਹੇ ਤੋਰ ਦਿੱਤਾ।

ਉਨ੍ਹਾਂ ਦੇ ਜਾਣ ਮਗਰੋਂ ਰਾਣੀ ਨੇ ਸੋਚਿਆ, "ਨਿਹਾਲਾ ਤਾਂ ਸਿਰੇ ਦਾ ਦਾਨਾ ਏ; ਨਾਲੇ ਜੁਗਤੀ ਵੀ। ਮੈਂ ਕੈਵੇਂ ਹੀ ਉਹਨੂੰ ਖ਼ਾਲੀ ਹੱਥ ਤੋਰਿਆ। ਉਹਨੂੰ ਕੁਝ ਨਾ ਕੁਝ ਇਨਾਮ ਜ਼ਰੂਰ ਦੇਣਾ ਚਾਹੀਦਾ ਸੀ।" ਰਾਣੀ ਨੇ ਸਿਪਾਹੀ ਨੂੰ ਆਖਿਆ, "ਜਾਓ ਜਾ ਕੇ ਨਿਹਾਲੇ ਨੂੰ ਮੋੜ ਲਿਆਓ। ਉਹ ਇਨਾਮ ਦਾ ਹੱਕਦਾਰ ਹੈ।"

ਸਿਪਾਹੀ ਰਾਣੀ ਦੀ ਦਰਿਆਦਿਲੀ ਤੋਂ ਵਾਕਿਫ਼ ਸੀ। ਉਹਨੇ ਜਾ ਕੇ ਤਾਏ ਨੂੰ ਆਖਿਆ, "ਰਾਣੀ ਤੈਨੂੰ ਸੱਦਦੀ ਏ। ਉਹ ਜੋ ਇਨਾਮ ਦੇਉਗੀ, ਉਹਦੇ 'ਚ ਅੱਧ ਮੇਰਾ। ਮਨਜ਼ੂਰ ਏ?" ਬੇਵੱਸ ਤਾਏ ਨੇ ਮਾਲ ਅਟੇਰਦੇ ਸਿਪਾਹੀ ਨੂੰ ਅੱਧਾ ਇਨਾਮ ਦੇਣਾ ਮੰਨ ਲਿਆ। ਅੱਗਿਓਂ ਮਹਿਲ ਦਾ ਪਹਿਰੇਦਾਰ ਆਖਣ ਲੱਗਾ, "ਮੈਂ ਤਾਂ ਤੈਨੂੰ, ਤਾਹੀਓਂ ਅੰਦਰ ਜਾਣ ਦਿਉਂਗਾ, ਜੇ ਅੱਧੇ ਵਿੱਚੋਂ ਅੱਧਾ ਇਨਾਮ ਮੈਨੂੰ ਦੇਵੇਂ।"

ਤਾਇਆ ਜ਼ਿੱਚ ਪਿਆ। ਪਰ ਕਰਦਾ ਕੀ? ਇਹ ਸ਼ਰਤ ਵੀ ਮੰਨ ਗਿਆ।

On the queen's orders, they both narrated their accounts. Bishna also recounted how his maize crops had been destroyed by Taya's cunning advice. At first, the queen favored Bishna and scolded Taya, but she was also impressed by Taya's nimble wit. She ordered Taya to pay compensation to Bishna on account of the damaged crops. The second case concluded as an even-handed judgment, and both men were dismissed. She sent them home with a message of brotherly love and a mandate to create a friendly neighborhood.

After they left, the queen thought, "Not only was the farmer wise, but also very clever. I shouldn't have let someone of this caliber leave empty-handed; he is worthy of an accolade." She ordered her policeman, "Go fetch Nihal Singh, the farmer. He deserves a reward."

The policeman knew how generous the queen was. He summoned Taya and said, "Her Majesty wants to see you. But whatever reward she gives, you will have to share half of it with me. Okay?" Shocked, Taya agreed to the corrupt policeman's proposition of splitting half the reward. Ahead, the guard at the court said, "I'll let you in the court only if you give me half of your half-reward."

Taya was annoyed, but what choice did he have? He agreed to this, too.

ਸਿਪਾਹੀ ਤੇ ਪਹਿਰੇਦਾਰ ਦੀ ਬੇਈਮਾਨੀ ਤੋਂ ਔਖਾ ਹੋਇਆ ਤਾਇਆ ਸੋਚਦਾ, "ਇਨ੍ਹਾਂ ਦੇ ਮੂੰਹ ਨੂੰ ਲਹੂ ਲੱਗਿਆ ਹੋਇਆ ਏ; ਇਹ ਸੰਗਲ਼ਾਂ ਦੇ ਜਿੰਨ ਨੇ – ਜੁੱਤੀਆਂ ਦੇ ਯਾਰ! ਇਨ੍ਹਾਂ ਨੂੰ ਚਾਂਦੀ ਦੀ ਜੁੱਤੀ ਨਹੀਂ, ਅਸਲੀ ਜੁੱਤੀਆਂ ਮਾਰਨੀਆਂ ਬਣਦੀਆਂ ਨੇ।" ਢੋ ਬਣਾਉਂਦਾ ਤਾਇਆ ਰਾਣੀ ਅੱਗੇ ਹਾਜ਼ਿਰ ਹੋਇਆ। ਰਾਣੀ ਨੇ ਕਿਹਾ, "ਨਿਹਾਲ ਸਿਆਂ, ਤੂੰ ਬੜਾ ਅਕਲਮੰਦ ਏਂ। ਮੈਨੂੰ ਤੇਰੇ ਤੋਂ ਬਹੁਤ ਖ਼ੁਸ਼ੀ ਹੋਈ ਏ। ਮੰਗ, ਕੀ ਮੰਗਦਾ ਏਂ।"

ਤਾਇਆ ਕਹਿਣ ਲੱਗਾ, "ਰਾਣੀ ਸਾਹਿਬਾ, ਤੁਹਾਡਾ ਦਿੱਤਾ ਸਭ ਕੁਛ ਹੈ, ਮੈਨੂੰ ਕਾਸੇ ਦੀ ਲੋੜ ਨਹੀਂ।"
ਰਾਣੀ ਦੇ ਫਿਰ ਪੁੱਛਣ 'ਤੇ ਵੀ ਤਾਇਆ ਟੱਸ ਤੋਂ ਮੱਸ ਨਾ ਹੋਇਆ ਤੇ ਪਹਿਲਾਂ ਵਾਲ਼ਾ ਹੀ ਜਵਾਬ ਦਿੱਤਾ।
ਰਾਣੀ ਨੇ ਫੇਰ ਆਖਿਆ, "ਤੀਜਾ ਬਚਨ ਹੈ; ਮੰਗ ਲੈ।"

ਵੱਢੀਖ਼ੋਰਾਂ ਖ਼ਿਲਾਫ਼ ਮੋਰਚਾ ਲਾਉਂਦਿਆਂ ਤਾਏ ਨੇ ਸੋਚ ਕੇ ਜਵਾਬ ਦਿੱਤਾ, "ਰਾਣੀ ਜੀ ਜੇ ਤੁਸੀਂ ਨਹੀਂ ਮੰਨਦੇ, ਤਾਂ ਮੇਰਾ ਪਛਤਾਵਾ ਪੂਰਾ ਕਰੋ। ਮੈਂ ਬਿਸ਼ਨੇ ਦੀ ਮੱਕੀ ਗਾਲ਼ ਕੇ ਠੀਕ ਨਹੀਂ ਕੀਤਾ; ਅੰਨ ਤੇ ਦੇਵਤਾ ਹੁੰਦਾ ਏ। ਮੇਰੇ ਸੌ ਛਿੱਤਰ ਪੈਣ। ਇਹੀ ਮੇਰਾ ਮੰਗਣਾ ਏ, ਪਰਵਾਨ ਕਰੋ।"

ਰਾਣੀ ਨੇ ਹੈਰਾਨ ਹੋ ਕੇ ਅਪਣੇ ਅਹਿਲਕਾਰ ਨੂੰ ਤਾਏ ਦੀ ਇੱਛਾ ਪੂਰੀ ਕਰਨ ਦਾ ਹੁਕਮ ਦਿੱਤਾ।

Taya was greatly vexed with the dishonesty of the queen's servants. He understood that they were used to bribery and decided they deserved to be taught a lesson. Scheming and plotting, he presented himself in the royal court. The queen said, "Nihal Singh, you are quite bright; I am very pleased with you. Ask for anything, and I'll give it to you."

He said, "Your majesty, I do not need a thing. I am comfortable with whatever you have already bestowed upon your subject."
When the queen asked him again, Taya didn't budge, and gave her the same answer.
The queen said again, "It's the third and the last word. Please ask."

Taya thought for a while and said, "Your majesty, if you must, please help me get rid of my remorse. It was not right on my part to destroy Bishna's maize crop. I deserve one hundred shoe beatings. This is my only ask. Please accept it."

The queen was surprised at the strange request but ordered the officials to fulfill Taya's wish.

ਤਾਏ ਦੇ ਤਾੜ-ਤਾੜ ਜੁੱਤੀਆਂ ਪੈਣ ਲੱਗੀਆਂ। ਤਾਇਆ ਵੀ ਉੱਚੀ-ਉੱਚੀ ਗਿਣਨ ਲੱਗਾ। ਜਦੋਂ ਪੱਚੀ ਹੋ ਗਈਆਂ, ਤਾਂ ਮੋਰਚਾ ਸਾਂਭਦਿਆਂ ਤਾਇਆ ਬੋਲਿਆ, "ਠਹਿਰੋ! ਰਾਣੀ ਸਾਹਿਬਾ, ਮੇਰੇ ਇਨਾਮ ਵਿਚ ਦੋ ਹੋਰ ਹਿੱਸੇਦਾਰ ਨੇ, ਜਿਹਦੇ ਵਿਚ ਪਹਿਲਾ ਤੁਹਾਡਾ ਸਿਪਾਹੀ ਏ। ਸਾਰੇ ਇਨਾਮ ਦਾ ਅੱਧ ਇਹਨੇ ਮੰਗਿਆ ਸੀ। ਸੋ ਪੰਜਾਹ ਜੁੱਤੀਆਂ ਇਹਦੇ ਪੈਣ।"

ਜਦ ਸਿਪਾਹੀ ਦੇ ਪੰਜਾਹ ਜੁੱਤੀਆਂ ਲੱਗ ਗਈਆਂ, ਤਾਂ ਮੋਰਚਾ ਮਾਰਦਾ ਤਾਇਆ ਬੋਲਿਆ, "ਰਾਣੀ ਸਾਹਿਬਾ, ਇਸ ਇਨਾਮ ਵਿਚ ਦੂਜਾ ਹਿੱਸਾ ਤੁਹਾਡੇ ਪਹਿਰੇਦਾਰ ਦਾ ਏ, ਜਿਹਨੇ ਅੱਧ ਦਾ ਅੱਧ ਮੰਗਿਆ ਸੀ। ਸੋ ਰਹਿੰਦੀਆਂ ਪੱਚੀ ਜੁੱਤੀਆਂ ਇਹਦੇ ਮਾਰੀਆਂ ਜਾਣ।"

ਪਹਿਰੇਦਾਰ ਨੂੰ ਵੀ ਪੱਚੀ ਜੁੱਤੀਆਂ ਦਾ ਇਨਾਮ ਦਿਵਾ ਕੇ ਤਾਏ ਨੇ ਅਪਣਾ ਲੇਖਾ ਨਬੇੜ ਲਿਆ। ਰਾਣੀ ਤਾਏ ਦੀ ਸਿਆਣਪ 'ਤੇ ਡੁੱਲ੍ਹ ਗਈ ਤੇ ਉਹਨੂੰ ਵੱਡਾ ਇਨਾਮ ਦੇ ਕੇ ਤੋਰ ਦਿੱਤਾ।

The official obliged, and a shoe started firing rapidly upon him. Taya was counting loudly. When the count reached twenty-five, he said, "Stop! Your Majesty, I have two more reward shareholders, the first of which is your policeman. He wanted half the share. So he should get half of the beating."

When the policeman had had his share of fifty strikes, Taya said, "The other share should go to your guard who asked for half of the half. So he gets twenty-five shoe strikes."

After ensuring the guard his share of twenty-five shoe strikes, Taya had settled his account. The queen was delighted with Taya's acumen. She bid farewell to him with a handsome reward.

੭. ਬਾਤ ਜੋ ਮੁੱਕੇ ਨਾ ਸਾਰੀ ਰਾਤ

ਇਹ ਬਾਤ ਓਦੋਂ ਦੀ ਹੈ, ਜਦ ਨਿਹਾਲਾ ਜਵਾਨ ਹੋਇਆ ਤੇ ਉਹਦੇ ਘਰ ਦੇ ਉਹਦੇ ਵਾਸਤੇ ਰਿਸ਼ਤਾ ਭਾਲਣ ਲੱਗੇ। ਪਰ ਨਿਹਾਲੇ ਨੂੰ ਕੋਈ ਕੁੜੀ ਨਹੀਂ ਸੀ ਭਾਉਂਦੀ।

ਦਸਾਂ-ਕੁ ਕੋਹਾਂ ’ਤੇ ਇਕ ਹੋਰ ਪਿੰਡ ਸੀ, ਢਾਹਾਂ, ਜਿਹਦੇ ਚੌਧਰੀ ਦੀ ਧੀ ਨਿਹਾਲੋ ਵੀ ਵਿਆਹੁਣ ਜੋਗੀ ਹੋ ਗਈ ਸੀ। ਨਿਹਾਲੋ ਬੜੀ ਲਾਡਾਂ-ਮਲ੍ਹਾਰਾਂ ’ਚ ਪਲ਼ੀ ਸੀ। ਦੇਖਣ ਨੂੰ ਰੱਜ ਕੇ ਸੁਹਣੀ ਸੀ। ਚੌਧਰੀ ਨੂੰ ਅਪਣੀ ਧੀ ਦੇ ਹੱਥ ਪੀਲ਼ੇ ਕਰਨ ਦੀ ਚਿੰਤਾ ਲੱਗੀ ਰਹਿੰਦੀ ਸੀ।

ਨਿਹਾਲੋ ਨੂੰ ਕਹਾਣੀਆਂ ਸੁਣਨ ਦਾ ਬੜਾ ਸ਼ੌਂਕ ਸੀ। ਇਕ ਦਿਨ ਪਤਾ ਨਹੀਂ ਮਨ ਵਿਚ ਕੀ ਗੱਲ ਆਈ, ਪਿਉ ਨੂੰ ਕਹਿਣ ਲੱਗੀ, “ਬਾਪੂ ਜੀ, ਮੈਂ ਉਸ ਬੰਦੇ ਨਾਲ਼ ਵਿਆਹ ਕਰਵਾਵਾਂਗੀ, ਜਿਹੜਾ ਮੈਨੂੰ ਬਾਤ ਸੁਣਾਉਂਦਾ ਰਹੇ; ਇਹੋ ਜਿਹੀ ਬਾਤ — ਜਿਹੜੀ ਮੁੱਕੇ ਨਾ ਸਾਰੀ ਰਾਤ। ਜੇ ਬਾਤ ਪਹੁ-ਫੁੱਟਣ ਤੋਂ ਪਹਿਲਾਂ ਮੁੱਕ ਗਈ ਤੇ ਬਾਤ ਪਾਉਣ ਵਾਲ਼ੇ ਨੂੰ ਇਕ ਮਹੀਨੇ ਲਈ ਮੇਰੀ ਗ਼ੁਲਾਮੀ ਕਰਨੀ ਪਵੇਗੀ। ਜੇ ਨਾ ਮੁੱਕੀ, ਤਾਂ ਮੈਂ ਉਹਦੇ ਨਾਲ਼ ਵਿਆਹ ਕਰਨ ਨੂੰ ਰਾਜ਼ੀ ਹੋ ਜਾਵਾਂਗੀ।”

“ਮੇਰੀ ਲਾਡੋ! ਤੈਨੂੰ ਇਹ ਕੀ ਝੱਲ ਕੁਦ ਪਿਐ?” ਚੌਧਰੀ ਨੇ ਬਥੇਰਾ ਸਮਝਾਇਆ, ਪਰ ਧੀ-ਰਾਣੀ ਨੇ ਇਕ ਨਾ ਸੁਣੀ।

7. The Tale that Outlasted the Night

This tale goes back to when Taya had just grown into a handsome young man. His family started looking for a suitable match for him. But no girl caught his fancy.

Around twenty miles away, a village *chaudhry's* daughter, Nihalo, had also reached marriageable age. Nihalo was raised with much love and affection. She was a stunning beauty. Chaudhry was constantly worried about finding a worthy match for her.

Nihalo was very fond of listening to stories. One day, out of the blue, she said to her father, "*Bapu-ji*, I'll marry a storyteller who'd tell me a story that lasts through the night. If the storyteller stops before the break of dawn, then he'll have to be my servant for a month. On the other hand, I will agree to marry him if his story lasts into the day."

"My darling, what madness has gone into your head?" the chaudhry tried to convince her that it was a daft idea. But she did not yield.

chaudhry: head of a community or an eminent person in a village
bapu-ji: respectful term for father

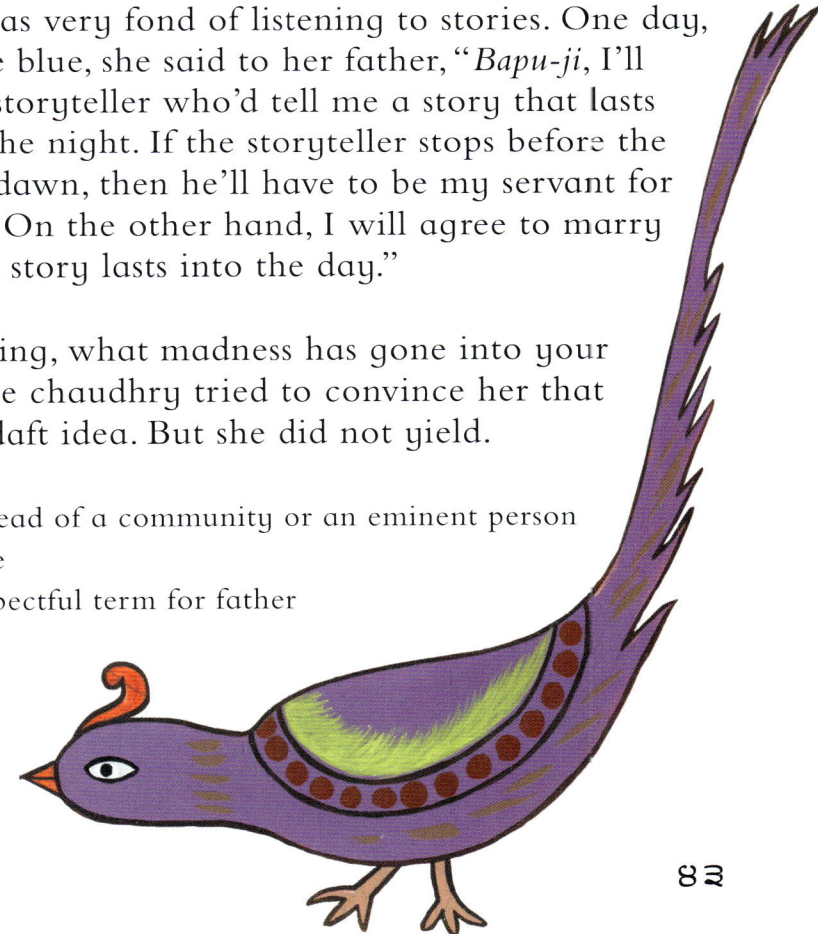

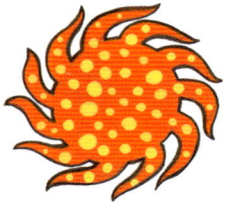

ਅਖ਼ੀਰ ਇਸ ਗੱਲ ਦਾ ਢੰਡੋਰਾ ਫੇਰਿਆ ਗਿਆ ਕਿ ਚੌਧਰੀ ਅਪਣੀ ਸੁਹਣੀ ਧੀ ਲਈ ਕਿਸੇ ਸੁਚੱਜੇ ਕਥਾਕਾਰ ਨੂੰ ਭਾਲ਼ਦਾ ਏ। ਦੂਰ-ਦੂਰ ਦੇ ਪਿੰਡਾਂ ਤਕ ਇਸ ਗੱਲ ਦੀਆਂ ਧੁੰਮਾਂ ਪੈ ਗਈਆਂ। ਇਕ ਲੰਮੀ ਕਹਾਣੀ ਹੀ ਤਾਂ ਸੁਣਾਉਣੀ ਸੀ; ਬਦਲੇ ਵਿਚ ਚੌਧਰੀ ਦੀ ਇੱਕੋ-ਇਕ ਧੀ ਦਾ ਸਾਕ। ਸੋ ਕਈ ਕੁਆਰੇ ਜਵਾਨ ਆਪੋ-ਆਪਣੀ ਕਿਸਮਤ ਆਜ਼ਮਾਉਣ ਤੁਰ ਪਏ — ਵੱਡੇ-ਵੱਡੇ ਯੱਭਲ਼ੀਆਂ ਮਾਰਨ ਵਾਲ਼ੇ। ਪਰ ਕਹਾਣੀ ਕਿੰਨੀ ਵੀ ਲੰਮੀ ਹੋਵੇ, ਆਖ਼ਿਰ ਤਾਂ ਮੁੱਕਣੀ ਹੀ ਹੁੰਦੀ ਏ।

ਪਹੁ ਫੁੱਟਣ ਤੋਂ ਪਹਿਲਾਂ ਹੀ ਕਹਾਣੀ ਮੁੱਕ ਜਾਂਦੀ ਤੇ ਉਹ ਹਾਰ ਜਾਂਦੇ। ਫਿਰ ਸ਼ਰਤ ਦੇ ਹਿਸਾਬ ਨਾਲ਼ ਨਿਹਾਲੋ ਦੀ ਟਹਿਲ-ਸੇਵਾ ਵਿਚ ਲੱਗ ਜਾਂਦੇ। ਕੋਈ ਪੈਲ਼ੀ ’ਚ ਹੱਥ ਵੰਡਾਉਂਦਾ, ਕੋਈ ਪਾਥੀਆਂ ਪੱਥਦਾ, ਤੇ ਕੋਈ ਡੰਗਰ ਚਰਾਉਂਦਾ। ਕੋਈ ਕਪੜੇ ਧੋਂਦਾ, ਤੇ ਕੋਈ ਝਾੜ-ਬੁਹਾਰੀ ਕਰਦਾ। ਭਾਵੇਂ ਉਹ ਕਿੱਡਾ ਹੀ ਸੂਰਮਾ, ਵਿਦਵਾਨ ਜਾਂ ਧਨਾਢ ਹੁੰਦਾ; ਚੌਧਰੀ ਦੇ ਘਰ ਮਹੀਨਾ ਭਰ ਕਾਮਾ ਬਣ ਕੇ ਉਹਨੂੰ ਬੜੀ ਸ਼ਰਮ ਆਉਂਦੀ।

ਤੇ ਨਿਹਾਲੋ ਵੱਡੇ-ਵੱਡੇ ਸੂਰਮਿਆਂ ਦੇ ਮੌਜੂ ਬਣਾ ਕੇ ਬਹੁਤ ਖ਼ੁਸ਼ ਹੁੰਦੀ।

Soon the news spread that the chaudhry was looking for a master storyteller as a suitable match for his beautiful daughter. The word traveled as far as the remotest of villages. It was no big deal; a long tale that would last the whole night had to be told, and it could result in a match with a beautiful young lady, sole heir to the chaudhry. So, many eligible bachelors, the greatest tale spinners, came forward to test their luck. But even the most elaborate story has its end.

They could not carry on telling their stories until the break of dawn. Then, according to the bet, they had to serve Nihalo as she wanted them to. Some were asked to give a hand on the farm, make cow-dung cakes, graze the cattle, etc. Others were assigned to washing clothes and sweeping the house. Even the bravest, wisest, and richest bachelors had to be under Nihalo's heel for an entire month. They felt humiliated.

And Nihalo was ecstatic, making a mockery of the biggest of the hotshots.

ਇਕ ਦਿਨ ਇਹੋ ਜਿਹਾ ਵਿਦਵਾਨ ਘਾਟ ’ਤੇ ਨਿਹਾਲੋ ਦੇ ਕੱਪੜੇ ਧੋ ਰਿਹਾ ਸੀ ਤੇ ਉਹਨੂੰ ਉਸ ਪਿੰਡ ਆਇਆ ਨਿਹਾਲਾ ਮਿਲ਼ ਪਿਆ। “ਤੂੰ ਸ਼ਕਲ-ਸੂਰਤ ਤੋਂ ਤਾਂ ਧੋਬੀ ਨਹੀਂ ਲੱਗਦਾ, ਫੇਰ ਇਹ ਕੱਪੜੇ ਕੀਹਦੇ ਧੋਂਦਾ ਪਿਐਂ?” ਨਿਹਾਲੇ ਨੇ ਪੁੱਛਿਆ। ਵਿਦਵਾਨ ਨੇ ਅਪਣੀ ਸ਼ਰਤ ਹਾਰਨ ਵਾਲ਼ੀ ਸਾਰੀ ਬਾਤ ਸੁਣਾਈ। ਨਿਹਾਲਾ ਇਹ ਅਨੋਖੀ ਗੱਲ ਸੁਣ ਕੇ ਬੜਾ ਹੈਰਾਨ ਹੋਇਆ।

ਤ੍ਰਿਕਾਲ਼-ਸੰਧਿਆ ਹੋਣ ਲੱਗੀ ਸੀ। ਨਿਹਾਲੇ ਨੇ ਝੱਟ ਵਿਦਵਾਨ ਨੂੰ ਚੌਧਰੀ ਦੇ ਘਰ ਲੈ ਜਾਣ ਲਈ ਕਿਹਾ। ਵਿਦਵਾਨ ਨੇ ਸੋਚਿਆ, “ਬਈ ਇਹਦੇ ਅੱਗ ਨਾਲ਼ ਖੇਡਿਆਂ ਮੇਰਾ ਕੀ ਵਿਗੜਦੈ? ਇਹਨੂੰ ਵੀ ਅਪਣਾ ਜੌਹਰ ਵਿਖਾ ਲੈਣ ਦਿਓ।”

ਉਥੇ ਪਹੁੰਚ ਨਿਹਾਲੋ ਨੂੰ ਸੁਨੇਹਾ ਘੱਲਿਆ। ਵਿਦਵਾਨ ਨਿਹਾਲੇ ਨੂੰ ਥਾਪੀ ਦੇ ਕੇ ਅਪਣੇ ਰਸਤੇ ਪੈ ਗਿਆ।

One day, while visiting that village, Nihala caught sight of a scholarly bachelor washing Nihalo's clothes on the riverbank. He asked the bachelor, “You don't look like a professional washerman; whose clothes are you washing, young man?” The scholar gave the whole account of losing the bet. Nihala was really astonished to hear of the strange episode.

Dusk was approaching. Nihala asked the man to take him to the chaudhry's place immediately. The scholar had nothing more to lose. In fact, he was happy for another fool to resume his duties, so he agreed.

Upon arrival, Nihalo was summoned. The scholar gave a friendly pat on Nihala's back and went about his way.

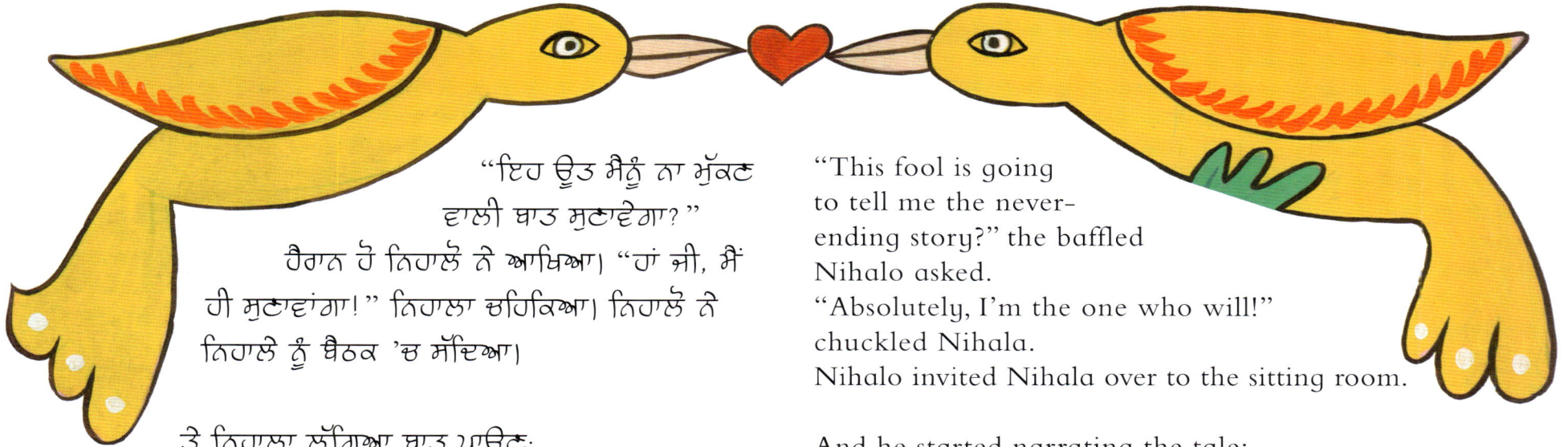

"ਇਹ ਊਤ ਮੈਨੂੰ ਨਾ ਮੁੱਕਣ ਵਾਲੀ ਬਾਤ ਸੁਣਾਵੇਗਾ?"
ਹੈਰਾਨ ਹੋ ਨਿਹਾਲੋ ਨੇ ਆਖਿਆ। "ਹਾਂ ਜੀ, ਮੈਂ ਹੀ ਸੁਣਾਵਾਂਗਾ!" ਨਿਹਾਲਾ ਚਹਿਕਿਆ। ਨਿਹਾਲੋ ਨੇ ਨਿਹਾਲੇ ਨੂੰ ਬੈਠਕ 'ਚ ਸੱਦਿਆ।

ਤੇ ਨਿਹਾਲਾ ਲੱਗਿਆ ਬਾਤ ਪਾਉਣ:
"ਇਕ ਜੱਟ ਦੇ ਕੋਲ਼ ਦਸ ਕਿੱਲੇ ਜ਼ਮੀਨ ਸੀ। ਉਹਨੇ ਸਾਰੀ ਭੋਇੰ ਵਾਹ ਕੇ ਬਾਜਰਾ ਬੀਜ ਦਿੱਤਾ। ਬੜੀ ਫ਼ਸਲ ਹੋਈ, ਮਣਾਂ-ਮੂੰਹੀਂ।"
"ਫੇਰ ਕੀ ਹੋਇਆ?" ਨਿਹਾਲੋ ਨੇ ਪੁੱਛਿਆ।
"ਜੱਟ ਨੇ ਸਾਰਾ ਬਾਜਰਾ ਖੇਤ ਵਿਚ ਇਕ ਥਾਂ ਇਕੱਠਿਆਂ ਕਰ ਦਿੱਤਾ।"
"ਫੇਰ ਕੀ ਹੋਇਆ?"
"ਨਾਲ਼ ਟਾਹਲੀ ਦੇ ਰੁੱਖ ਉੱਤੇ ਆਲ੍ਹਣੇ 'ਚ ਘੁੱਗੀ ਅਪਣੇ ਬੱਚੜਿਆਂ ਨਾਲ਼ ਰਹਿੰਦੀ ਸੀ। ਜਦ ਵੀ ਉਹਦਾ ਦਾਅ ਲਗਦਾ, ਇਕ ਦਾਣਾ ਚੁਗਦੀ ਤੇ ਫੁਰਰ ਕਰਦੀ ਉੱਡ ਜਾਂਦੀ।"
"ਫੇਰ ਕੀ ਹੋਇਆ?"
"ਘੁੱਗੀ ਝੱਟ-ਕੁ ਮਗਰੋਂ ਫੇਰ ਆਏ, ਨਜ਼ਰ ਬਚਾ ਕੇ ਦਾਣਾ ਚੁਗੇ, ਤੇ ਹੱਥ 'ਤੇ ਹੱਥ ਮਾਰ ਕੇ ਨੱਸ ਜਾਏ।"
"ਫੇਰ ਕੀ ਹੋਇਆ?"
"ਘੁੱਗੀ ਮੁੜ-ਘਿੜ ਆਏ, ਅੱਖ ਬਚਾ ਕੇ ਹੋਰ ਦਾਣਾ ਚੁਗੇ ਤੇ ਖਿਸਕ ਜਾਏ।"

"This fool is going to tell me the never-ending story?" the baffled Nihalo asked.
"Absolutely, I'm the one who will!" chuckled Nihala.
Nihalo invited Nihala over to the sitting room.

And he started narrating the tale:
"There was a farmer who had ten acres of land. He plowed the whole land and sowed millet. He had a bumper crop that season."
"Then, what happened?" asked Nihalo.
"The farmer gathered the harvest at one place on the farm."
"And then, what happened?"
"On the nearby tahli tree lived a dove with her fledglings. Whenever she got a shot at it, she picked up a grain of millet and flew away."
"And then, what happened?"
"A little while later, she would come back, pick up a grain, and sneak away back to her nest."
"And then, what happened?"
"Stealthily, she'd return, pick up a grain, and flee back to her nest."

ਨਿਹਾਲੋ "ਫੇਰ ਕੀ ਹੋਇਆ? ਫੇਰ ਕੀ ਹੋਇਆ?" ਕਰਦੀ-ਕਰਦੀ ਤੰਗ ਪੈ ਗਈ ਤੇ ਅੱਕ ਕੇ ਕਹਿਣ ਲੱਗੀ, "ਅੱਗੇ ਕੀ ਹੋਇਆ? ਅਗਲੀ ਗੱਲ ਦੱਸ!"

"ਨਿਹਾਲ ਕੌਰ ਜੀ! ਸਾਹ ਲਵੋ, ਅਜੇ ਤਾਂ ਘੁੱਗੀ ਨੇ ਬਾਜਰੇ ਦੇ ਚਾਰ ਦਾਣੇ ਹੀ ਖਾਧੇ ਨੇ। ਬਾਜਰਾ ਤਾਂ ਮਣਾਂ-ਮੂੰਹੀਂ ਪਿਆ ਏ। ਘੁੱਗੀ ਇਕ-ਇਕ ਕਰ ਕੇ ਦਾਣਾ ਖਾ ਰਹੀ ਏ। ਬਾਜਰਾ ਮੁਕ ਲੈਣ ਦਿਓ, ਫਿਰ ਬਾਤ ਅੱਗੇ ਤੁਰੇਗੀ। ਤੁਸੀਂ ਛੇਤੀ ਕਾਹਲ਼ੇ ਪੈ ਗਏ ਓ, ਬੀਬੀ ਜੀ।"

ਨਿਹਾਲੋ ਪਰੇਸ਼ਾਨ ਹੋ ਗਈ। ਪਹੁ ਫੁੱਟਣ ਤੋਂ ਪਹਿਲਾਂ ਹੀ ਉਹਨੇ ਹੱਥ ਖੜ੍ਹੇ ਕਰ ਦਿੱਤੇ। ਉਹਦਾ ਦਿਲ ਆ ਗਿਆ; ਊਤ-ਜਿਹਾ ਨਿਹਾਲਾ ਉਹਦੇ ਮਨ ਭਾ ਗਿਆ ਸੀ।

ਨਿਹਾਲੇ ਨੇ ਰੱਬ ਦਾ ਸ਼ੁਕਰ ਮਨਾਇਆ ਕਿ ਉਹਨੂੰ ਵੀ ਆਖ਼ਿਰ ਅਪਣੀ ਨਿਹਾਲੋ ਮਿਲ਼ ਗਈ ਸੀ।

By now, Nihalo was tired of asking, "Then what happened?" Exasperated, she snapped, "Tell me, for God's sake, what happened next? Cut the long story short."

"My dear Nihal Kaur-ji! Take a breath. The dove has just picked an ounce of millet by now. A ton of harvest is waiting to be picked up. The dove is eating it grain by grain. Let the entire heap of millet finish first; then the story will move further along. You are being impatient a bit too soon."

Perplexed, Nihalo gave in before the break of dawn. She was captivated by that "fool" of a Nihala.

And Nihala, too, thanked his stars that he had at last found his Nihalo.

੮. ਸੌ ਰੁਪਏ

ਨਿਹਾਲਾ ਬੀਬੀ ਨਿਹਾਲੋ ਨੂੰ ਵਿਆਹ ਕੇ ਅਪਣੇ ਪਿੰਡ ਕੋਟਫਤੂਹੀ ਲੈ ਆਇਆ। ਦੋਹਵਾਂ ਦਾ ਆਪਸ 'ਚ ਬੜਾ ਪਿਆਰ ਸੀ। ਦੋਵੇਂ ਇਕ-ਦੂਜੇ ਦੀ ਗੱਲ ਖਿੜੇ-ਮੱਥੇ ਮੰਨਦੇ। ਨਿਹਾਲਾ ਨਿਹਾਲੋ ਦੇ ਪੈਰਾਂ ਹੇਠ ਤਲ਼ੀਆਂ ਰੱਖਦਾ ਸੀ।

ਬੇਬੇ ਤਾਰੋ ਦੀਆਂ ਖ਼ੁਸ਼ੀਆਂ ਦਾ ਤੇ ਕੋਈ ਅੰਤ ਹੀ ਨਹੀਂ ਰਿਹਾ, ਅਪਣੀਆਂ ਸੱਧਰਾਂ ਲਾਹੁਣ ਨੂੰ ਉਸ ਕਿੰਨੀ ਉਡੀਕ ਕੀਤੀ ਸੀ। ਉਹਨੂੰ ਅਪਣੀ ਨੂੰਹ ਪਿਆਰੀ-ਜਿਹੀ ਧੀ ਲੱਗਦੀ। ਬੇਬੇ ਬੜੇ ਆਹਰ ਨਾਲ਼ ਵੰਨ-ਸੁਵੰਨੇ ਖਾਣੇ ਬਣਾਉਂਦੀ ਤੇ ਨਿਹਾਲੋ ਉਹਦਾ ਹੱਥ ਵਟਾਉਂਦੀ। ਹਵੇਲੀ ਦੇ ਪਸ਼ੂਆਂ ਨਾਲ਼ ਵੀ ਨਿਹਾਲੋ ਦੀ ਗੂੜ੍ਹੀ ਸਾਂਝ ਪੈ ਗਈ। ਮੱਝੀਆਂ ਕੱਟਿਆਂ ਦਾ ਉਹ ਹੱਥੀਂ ਦਾਣਾ-ਪੱਠਾ ਕਰਦੀ, ਉਨ੍ਹਾਂ ਨੂੰ ਨਵ੍ਹਾਉਂਦੀ, ਧਾਰ ਕੱਢਦੀ, ਗੋਹਾ-ਕੂੜਾ ਕਰਦੀ ਤੇ ਪਾਥੀਆਂ ਪੱਥਦੀ।

ਘਰ ਦੇ ਕੰਮਾਂ ਤੋਂ ਵਿਹਲੀ ਹੋ ਕੇ ਉਹ ਨਿਹਾਲੇ ਲਈ ਭੱਤਾ ਲੈ ਕੇ ਖੇਤ ਨੂੰ ਜਾਂਦੀ ਤੇ ਦੋਹਵੇਂ ਟਾਹਲੀ ਹੇਠਾਂ ਬਹਿ ਕੇ ਰੋਟੀ ਛੱਕਦੇ ਤੇ ਦੁੱਖ-ਸੁੱਖ ਵੰਡਦੇ।

ਛੇਤੀ ਹੀ ਨਿਹਾਲੋ ਨੇ ਬੇਬੇ ਦਾ ਸਾਰਾ ਕੰਮ-ਕਾਜ ਸਾਂਭ ਲਿਆ; ਆਂਢ-ਗੁਆਂਢ 'ਚ ਵੀ ਰਚ-ਮਿਚ ਗਈ। ਹੁਣ ਬੇਬੇ ਨੂੰ ਦੂਜਿਆਂ ਪਿੰਡਾਂ 'ਚ ਵੱਸਦੇ ਅਪਣੇ ਸਾਕ-ਸੰਬੰਧੀਆਂ ਨੂੰ ਮਿਲਣ ਦੀ ਵਿਹਲ ਮਿਲ਼ ਗਈ ਸੀ। ਉਹ ਨਿਤ ਕਿਤੇ ਨਾ ਕਿਤੇ ਤੁਰੀ ਰਹਿੰਦੀ।

8. One Hundred Rupees

Nihala brought his newlywed bride to the village, Kot-Phatoohi. The two shared a deep love for each other and respected each other's views on everyday matters. Nihala went all out to care for Nihalo's needs and wishes.

Bebe Taro's happiness knew no bounds. In her daughter-in-law, Nihalo, she had found her own daughter. With much joy and excitement, she prepared the family's traditional dishes while Nihalo assisted her. Nihalo felt a close bond with the dairy animals in the *haveli*. She made their feed, bathed them, and milked them by herself. She didn't hesitate to clean the manure and make dung cakes for fuel.

When free from household chores, she brought lunch for Nihala while he worked in the fields. Under the tahli tree, they ate together and shared each other's trials and tribulations.

Soon Nihalo took charge of all of Bebe's household work and became friends with the neighbors. Now Bebe had ample time to visit her relatives who lived in the neighboring villages. She joyfully frequented them.

bebe: term of endearment for a motherly figure
haveli: an enclosed setup for domestic animals

ਘਰ 'ਚ ਮੱਝਾਂ ਵਾਧੂ ਹੋਣ ਕਰਕੇ ਇਕ ਦਿਨ ਨਿਹਾਲੋ ਨੇ ਨਿਹਾਲੇ ਨੂੰ ਕਿਹਾ, "ਸ਼ਹਿਰ 'ਚ ਡੰਗਰਾਂ ਦੀ ਮੰਡੀ ਲੱਗੀ ਹੋਈ ਐ; ਆਪਾਂ ਇਕ ਮੱਝ ਵੇਚ ਨਾ ਦੇਈਏ? ਸੌ-ਕੁ ਰੁਪਏ ਤਾਂ ਮਿਲ਼ ਹੀ ਜਾਣਗੇ। ਔਖੇ ਵੇਲੇ ਕੰਮ ਆਉਣਗੇ।"

ਨਿਹਾਲਾ 'ਸਤਿਬਚਨ' ਕਹਿ ਮੱਝ ਲੈ ਕੇ ਮੰਡੀ ਨੂੰ ਤੁਰ ਪਿਆ। ਉਥੇ ਕਿੰਨਾ ਚਿਰ ਕੋਈ ਸੌਦਾ ਨਾ ਬਣਿਆ ਤੇ ਨਿਹਾਲਾ ਮੱਝ ਨਾਲ਼ ਪਿੰਡ ਵੱਲ ਮੁੜ ਪਿਆ।

ਰਾਹ 'ਚ ਕੋਈ ਆਜੜੀ ਬੱਕਰੀਆਂ ਲੈ ਕੇ ਜਾ ਰਿਹਾ ਸੀ। ਸੁਹਣੀ-ਜਿਹੀ ਬੱਕਰੀ ਦੀ ਪਿਆਰੀ-ਪਿਆਰੀ ਮਿਣਕ ਸੁਣ ਕੇ ਤਾਏ ਨੂੰ ਚੇਤਾ ਆਇਆ ਕਿ ਨਿਹਾਲੋ ਦੇ ਪੇਕੇ-ਘਰ ਬਹੁਤੀਆਂ ਬੱਕਰੀਆਂ ਹੁੰਦੀਆਂ ਸਨ ਤੇ ਨਿਹਾਲੋ ਉਨ੍ਹਾਂ ਨੂੰ ਕਿੰਨਾ ਪਿਆਰ ਕਰਦੀ ਸੀ। ਨਾਲ਼ੇ ਬੱਕਰੀ ਦੇ ਦੁੱਧ ਦੀਆਂ ਸਿਫ਼ਤਾਂ ਕਰਦੀ ਨਹੀਂ ਸੀ ਥੱਕਦੀ – ਬਈ ਕਿੰਨਾ ਸੁਆਦੀ ਹੁੰਦਾ ਏ, ਕਿੰਨੀਆਂ ਬੀਮਾਰੀਆਂ ਦੂਰ ਕਰਦੈ, ਤੇ ਹੋਰ ਕਈ ਕੁਝ।

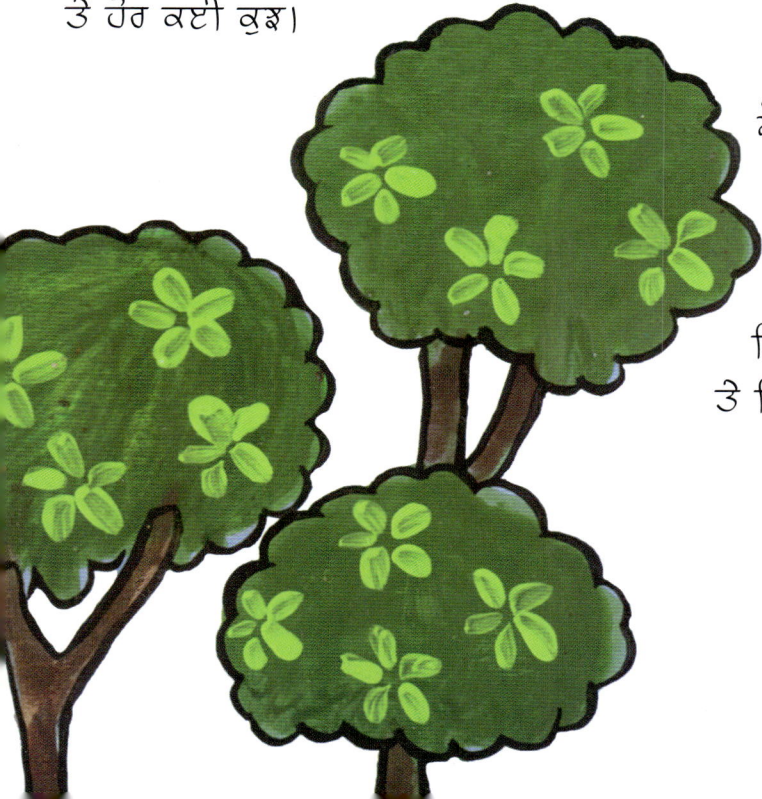

ਮੌਕਾ ਹੱਥੋਂ ਨਾ ਛੱਡਦਿਆਂ ਨਿਹਾਲੇ ਨੇ ਆਜੜੀ ਨੂੰ ਮੱਝ ਵੱਟੇ ਬੱਕਰੀ ਦੇਣ ਲਈ ਝੱਟ ਰਾਜ਼ੀ ਕਰ ਲਿਆ। ਆਜੜੀ ਵੀ ਖ਼ੁਸ਼ ਤੇ ਨਿਹਾਲ ਸਿੰਘ ਵੀ ਖ਼ੁਸ਼।

Noticing that there were too many buffalo in the household, one-day Nihalo asked Nihala, "Why don't you sell a buffalo in the city cattle market? We'd get about one hundred rupees. That'll be good for a rainy day."

Nihala said alright and took the buffalo to the cattle market. Even after spending quite a bit of time there, he failed to get a good deal for it and decided to call it a day.

On the way, he saw a goatherd herding some goats. Hearing a lovely goat's pleasant bleating, he was reminded of Nihalo's many goats in her parent's home and how very fond of them she was and how she would always praise goat's milk, how delicious and beneficial it is and such.

Thinking of the opportunity as a blessing in disguise, Nihala persuaded the goatherd to swap his goat for the buffalo in no time. Both were happy with the deal.

ਅੱਗੇ ਕੋਈ ਬੀਬੀ ਕੁਝ ਬੱਤਖ਼ਾਂ ਤੋਰ ਕੇ ਲੈ ਜਾ ਰਹੀ ਸੀ। ਬੱਤਖ਼ਾਂ ਨੂੰ ਠੁਮਕ-ਠੁਮਕ ਜਾਂਦਿਆਂ ਵੇਖ ਤੇ ਉਨ੍ਹਾਂ ਦੀ ਕੈਂ-ਕੈਂ ਸੁਣ ਨਿਹਾਲੇ ਨੂੰ ਯਾਦ ਆਇਆ ਕਿ ਨਿਹਾਲੋ ਨੇ ਇਕ ਵੇਰੀ ਦੱਸਿਆ ਸੀ ਕਿ ਉਹ ਅਪਣੇ ਬਾਲਪਣ 'ਚ ਕਿਵੇਂ ਬੱਤਖ਼ਾਂ ਨਾਲ਼ ਖੇਡਦੀ ਨਹੀਂ ਸੀ ਥੱਕਦੀ।

ਉਹਨੇ ਸੋਚਿਆ, "ਇਹ ਜਹਾਨ ਮਿੱਠਾ ਅਗਲਾ ਕਿੰਨ ਡਿੱਠਾ: ਸਮੇਂ ਦਾ ਕੀ ਵਸਾਹ? ਨਿਹਾਲੋ ਹਰ ਵੇਲੇ ਕੰਮ 'ਚ ਰੁੱਝੀ ਹੁੰਦੀ ਏ। ਆਖ਼ਿਰ ਬੱਕਰੀ ਦੀ ਸੰਭਾਲ਼ ਵੀ ਤੇ ਕੰਮ ਹੀ ਵਧਾਊ। ਕਿਉਂ ਨਾ ਬੱਕਰੀ ਵਟਾ ਕੇ ਬੱਤਖ਼ਾਂ ਲੈ ਲਿਤੀਆਂ ਜਾਣ; ਤਾਂ ਜੁ ਨਿਹਾਲੋ ਉਨ੍ਹਾਂ ਨਾਲ਼ ਖੇਡ ਅਪਣਾ ਮਨ ਪਰਚਾ ਸਕੇ।" ਉਹ ਨਿਹਾਲੋ ਨੂੰ ਖ਼ੁਸ਼ੀ ਨਾਲ਼ ਖਿੜੀ ਸੋਚ ਕੇ ਆਪ ਵੀ ਪ੍ਰਸੰਨਚਿੱਤ ਹੋ ਗਿਆ। ਉਹ ਬੱਕਰੀ ਵੱਟੇ ਬੱਤਖ਼ਾਂ ਲੈ ਕੇ ਅੱਗੇ ਤੁਰ ਪਿਆ।

ਸਵੇਰ ਦਾ ਘਰੋਂ ਨਿਕਲ਼ਿਆ ਨਿਹਾਲਾ ਭੁੱਲ ਹੀ ਗਿਆ ਸੀ ਕਿ ਉਹਨੇ ਕੁਝ ਖਾਧਾ-ਪੀਤਾ ਹੀ ਨਹੀਂ ਸੀ। ਢਿੱਡ 'ਚ ਚੂਹੇ ਨੱਚਣ ਲੱਗੇ ਸਨ। ਪਿੰਡ ਹਾਲੇ ਵੀ ਬਥੇਰੀ ਦੂਰੀ ਤੇ ਸੀ ਤੇ ਭੁੱਖ ਨਾਲ਼ ਉਹਦਾ ਬੁਰਾ ਹਾਲ ਸੀ। ਇਕ-ਇਕ ਪੈਰ ਪੁੱਟਣਾ ਔਖਾ ਹੁੰਦਾ ਜਾਂਦਾ ਸੀ।

Then Nihala saw a woman walking some ducks. Seeing the ducks waddling and hearing their quack-quack, he remembered Nihalo telling him once how she never could get enough of playing with them as a child.

He thought, "Let today be a beautiful day. Who has seen tomorrow? Nihalo is always busy with chores; looking after the goat would be another task for her. Why not swap the goat with some ducks while there was a chance? Nihalo will have fun chasing after them." He was pleased with the idea of his beloved Nihalo enjoying herself. So, Nihala swapped the goat for the ducks and continued his journey home.

He had started early in the morning and had completely forgotten that he had not had a thing to eat the entire day. His stomach was growling with hunger. His village was still very far, and he had no energy left. Walking each step was getting harder by the minute.

ਸੁੱਖ ਨਾਲ਼ ਰਾਹ ’ਚ ਉਹਨੂੰ ਢਾਬਾ ਨਜ਼ਰ ਆ ਗਿਆ। ਪਰ ਪੈਸੇ ਤੇ ਉਹਦੇ ਕੋਲ਼ ਹੈ ਨਹੀਂ ਸਨ; ਮੱਝ ਦਾ ਸੌਦਾ ਹੋਇਆ ਹੁੰਦਾ, ਤਾਂ ਹੋਣੇ ਸੀ। ਢਿੱਡ ਸ਼ਰਮ ਨਹੀਂ ਰਹਿਣ ਦਿੰਦਾ: ਭੁੱਖ ਨਾਲ਼ ਬੇਹਾਲ ਨਿਹਾਲੇ ਨੇ ਬੱਤਖ਼ਾਂ ਵੱਟੇ ਜੀਅ ਭਰਕੇ ਰੋਟੀ ਖਾਧੀ ਤੇ ਮਨ-ਹੀ-ਮਨ ਅਪਣੇ ਨਾਲ਼ ਵਾਅਦਾ ਕੀਤਾ ਕਿ ਉਹ ਛੇਤੀ ਹੀ ਨਿਹਾਲੋ ਵਾਸਤੇ ਬੱਤਖ਼ਾਂ ਮੋੜ ਲਿਆਵੇਗਾ।

ਕੋਲ਼ ਹੀ ਬੈਠਾ ਬੰਦਾ ਸਭ ਕੁਝ ਦੇਖ-ਸੁਣ ਕੇ ਨਿਹਾਲੇ ਨੂੰ ਕਹਿੰਦਾ, “ਭਾਈ ਇਹ ਬੱਤਖ਼ਾਂ ਚੋਰੀ ਕੀਤੀਆਂ ਨੇ, ਜੋ ਸਿਰਫ਼ ਰੋਟੀ ਦੇ ਇਕ ਥਾਲ ਬਦਲੇ ਵਟਾ ਲਈਆਂ ਹਨ? ਇਹ ਤੇ ਕੋਈ ਚੰਗਾ ਸੌਦਾ ਨਹੀਂ!”

ਨਿਹਾਲੇ ਨੇ ਉਹਨੂੰ ਸਾਰੀ ਵਿਥਿਆ ਆਖ ਸੁਣਾਈ। ਬੰਦਾ ਸੁਣ ਕੇ ਜ਼ੋਰ ਨਾਲ਼ ਹੱਸਿਆ ਤੇ ਕਹਿਣ ਲੱਗਾ, “ਭਾਈ ਤੇਰਾ ਤਾਂ ਸਿਰ ਹਿੱਲ ਗਿਆ ਲਗਦੈ, ਹੁਣ ਤੇਰੀ ਘਰਵਾਲ਼ੀ ਤੇਰੀ ਚੰਗੀ ਖੁੰਭ ਠੱਪੇਗੀ!” ਨਿਹਾਲੇ ਨੇ ਜਵਾਬ ਦਿੱਤਾ, “ਮੇਰੀ ਨਿਹਾਲੋ ਸਮਝਦਾਰ ਹੈ, ਉਹ ਨਹੀਂ ਬੁਰਾ ਮਨਾਉਂਦੀ!” ਬੰਦੇ ਨੇ ਕਿਹਾ, “ਇਹ ਕਦੇ ਹੋ ਹੀ ਨਹੀਂ ਸਕਦਾ ਕਿ ਕੋਈ ਬੰਦਾ ਮੱਝ ਦੇ ਵੱਟੇ ਰੋਟੀ ਖਾ ਕੇ ਖ਼ਾਲੀ ਹੱਥ ਘਰ ਅੱਪੜੇ ਤੇ ਉਹਦੀ ਘਰਵਾਲ਼ੀ ਅੱਗੋਂ ਕੁਛ ਨਾ ਕੁਵੇ।”

ਦੋਵੇਂ ਜਣੇ ਆਪੋ-ਆਪਣੀ ਗੱਲ ’ਤੇ ਅੜੇ ਰਹੇ ਤੇ ਇਕ ਸੌ ਰੁਪਏ ਦੀ ਸ਼ਰਤ ਲਾ ਬੈਠੇ। ਨਿਹਾਲੇ ਨੇ ਬੰਦੇ ਨੂੰ ਆਪ ਪਰਤਾ ਕੇ ਵੇਖ ਲੈਣ ਲਈ ਅਪਣੇ ਘਰ ਸੱਦ ਲਿਆ।

Thankfully, he saw an eatery. But obviously, he had no money on him. He would have had the money if he could have sold his buffalo. Instead of cash, the starving Nihala bartered his ducks for the food he devoured as he promised himself to get the ducks back for Nihalo as soon as possible.

A man sitting near him, watching all this, couldn’t resist asking, “Did you steal these ducks that you gave away for a plateful of food? This doesn’t seem like a good deal.”

Nihala narrated the whole story. The man laughed and said, “Looks like you have lost your mind. Now your lady will give you a good slap on your wrist!” “No, my Nihalo is very wise and caring. She will understand.” The man went on, “It is simply impossible that a man goes home and tells his wife that he exchanged his buffalo for a hearty meal and she does not chastise him in return.”

Both men held their ground and finally settled on a one-hundred rupees bet. Nihala invited the man to his house to verify how Nihalo responded to the situation.

ਘਰ ਪੁੱਜਣ 'ਤੇ ਬੰਦਾ ਤਾਂ ਪਰਤਾਵਾ ਲੈਣ ਲਈ ਕੰਧ ਓਹਲੇ ਲੁਕ ਗਿਆ ਤੇ ਉੱਚੀ-ਜਿਹੀ ਥਾਂ 'ਤੇ ਚੜ੍ਹ ਕੇ ਸਭ ਵੇਖਣ-ਸੁਣਨ ਲੱਗਾ। ਤੇ ਨਿਹਾਲਾ ਬੂਹਾ ਖੋਲ੍ਹ ਵਿਹੜੇ 'ਚ ਆ ਗਿਆ।

ਵਿਹੜੇ 'ਚ ਮੰਜੇ 'ਤੇ ਬੈਠੀ ਨਿਹਾਲੋ ਚਾਦਰ ਕੱਢਣ 'ਚ ਮਗਨ ਸੀ। ਨਿਹਾਲੇ ਨੂੰ ਵੇਖ ਉਹਦੀਆਂ ਅੱਖਾਂ ਲਿਸ਼ਕ ਪਈਆਂ ਤੇ ਉਹਨੇ ਨਿਹਾਲੇ ਦੇ ਦੇਰ ਨਾਲ਼ ਆਉਣ ਦਾ ਕਾਰਨ ਪੁੱਛਿਆ।

ਨਿਹਾਲੇ ਨੇ ਕਿਹਾ, "ਮੰਡੀ 'ਚ ਬਹੁਤ ਚਿਰ ਲੱਗ ਗਿਆ। ਪਰ ਮੱਝ ਦਾ ਸੌਦਾ ਨਹੀਂ ਬਣਿਆ ਤੇ ਮੈਨੂੰ ਮੱਝ ਨੂੰ ਵਾਪਸ ਲੈ ਕੇ ਮੁੜਨਾ ਪਿਆ।"

ਨਿਹਾਲੋ ਨੇ ਜਵਾਬ ਦਿੱਤਾ, "ਕੋਈ ਗੱਲ ਨਹੀਂ, ਸਾਡੀ ਮੱਝ ਹਾਲੇ ਤਕੜੀ ਹੈ। ਅੱਜ ਨਹੀਂ ਤਾਂ ਕੱਲ੍ਹ ਵਿਕ ਜਾਊਗੀ।"

ਨਿਹਾਲੇ ਨੇ ਝਿਜਕਦਿਆਂ ਗੱਲ ਅੱਗੇ ਤੋਰੀ, "ਘਰ ਆਉਂਦਿਆਂ ਰਾਹ 'ਚ ਕਿਸੇ ਆਜੜੀ ਨਾਲ਼ ਸੌਦਾ ਹੋ ਗਿਆ ਤੇ ਮੈਂ ਮੱਝ ਵਟਾ ਕੇ ਬੱਕਰੀ ਲੈ ਲਈ।"

"ਹੈਂ! ਬੱਕਰੀ?! ਆਹ ਤੇ ਤੁਸੀਂ ਬੜਾ ਚੰਗਾ ਕੀਤਾ! ਬੱਕਰੀਆਂ ਤੇ ਬਹੁਤ ਪਿਆਰੀਆਂ ਹੁੰਦੀਆਂ ਨੇ। ਉਨ੍ਹਾਂ ਦਾ ਦੁੱਧ ਫ਼ਾਇਦੇਮੰਦ ਹੁੰਦਾ ਏ ਤੇ ਸੁਆਦ ਵੀ!" ਨਿਹਾਲੋ ਮੰਜੇ ਤੋਂ ਟੱਪ ਕੇ ਖਲੋ ਗਈ ਤੇ ਤਾਵਲੀ-ਤਾਵਲੀ ਹਵੇਲੀ ਵੱਲ ਭੱਜਣ ਲੱਗੀ।

After they reached the house, the man hid behind the wall and started watching and listening from a vantage point. Nihala opened the gate and landed in the courtyard.

On the cot, Nihalo was engrossed in embroidering a bedsheet. She was pleased to see Nihala back and asked him why he had taken so long.

Nihala explained, "It took very long in the cattle market. I could not get a good price for the buffalo, so I had to return with it."

"Doesn't matter. Our buffalo is still strong. Sooner or later, we'll get a good price for her," said Nihalo.

Hesitating, Nihala continued, "On my way back, I struck a deal with a goatherd and exchanged the buffalo for a goat."

"What? A goat? You did a good thing. Goats are lovely creatures. Their milk is nutritious and so very delicious!" Nihalo was so excited that she got up and started running towards the barn.

ਨਿਹਾਲੇ ਨੇ ਉਹਨੂੰ ਰੋਕ ਕੇ ਡਰਦਿਆਂ-ਡਰਦਿਆਂ ਕਿਹਾ, "ਗੱਲ ਤਾਂ ਸੁਣ ਨਿਹਾਲ ਕੁਰੇ, ਅੱਗੇ ਰਾਹ 'ਚ ਮੈਨੂੰ ਕਿਸੇ ਬੀਬੀ ਦੇ ਨਾਲ਼ ਜਾਂਦੀਆਂ ਬੱਤਖ਼ਾਂ ਬੜੀਆਂ ਸੁਹਣੀਆਂ ਲੱਗੀਆਂ ਤੇ ਮੈਂ ਬੱਕਰੀ ਬਦਲੇ... ਬੱਕਰੀ ਬਦਲੇ... ਉਹ ਲੈ ਲਈਆਂ।"

"ਕੀ ਲੈ ਲਈਆ? ਬੱਤਖ਼ਾਂ?
ਸੱਚੀਂ? ਤੂਹਾਨੂੰ ਪਤੈ ਮੈਨੂੰ ਬੱਤਖ਼ਾਂ ਕਿੰਨੀਆਂ ਪਸੰਦ ਨੇ? ਨਾਲ਼ ਦੇ ਛੱਪੜ 'ਚ ਤਰਦੀਆਂ ਕਿੰਨੀਆਂ ਸੁਹਣੀਆਂ ਲੱਗਣਗੀਆਂ। ਪਿੰਡ ਦੇ ਬੱਚੇ ਵੀ ਉਨ੍ਹਾਂ ਨੂੰ ਵੇਖ ਕੇ ਖ਼ੁਸ਼ ਹੋਣਗੇ ਤੇ ਉਨ੍ਹਾਂ ਕਰਕੇ ਕੀੜੇ-ਮਕੌੜੇ ਤੇ ਮੱਛਰ ਵੀ ਘੱਟ ਹੋਣਗੇ। ਆਹ ਤਾਂ ਤੁਸੀਂ ਹੋਰ ਵੀ ਚੰਗਾ ਕੀਤਾ। ਕਿੱਥੇ ਹਨ ਬੱਤਖ਼ਾਂ?" ਨਿਹਾਲੋ ਚਹਿਕੀ।

ਹੁਣ ਤਾਂ ਤਾਏ ਦਾ ਸਾਹ ਪੀਤਾ ਗਿਆ। ਫਿਰ ਪਰ ਮਾਰਦਿਆਂ ਉਹਨੇ ਕਿਹਾ, "ਭਲੀਏ ਲੋਕੇ, ਕੀ ਦੱਸਾਂ? ਸਾਰੇ ਦਿਨ ਦੀ ਭੁੱਖ ਸਹਾਰ ਨਾ ਸਕਿਆ ਤੇ ਢਾਬੇ 'ਤੇ ਭਰੇ ਥਾਲ ਵੱਟੇ ਬੱਤਖ਼ਾਂ ਦੇਣੀਆਂ ਪਈਆਂ। ਤਾਂ ਕਿਧਰੇ ਜਾ ਕੇ ਜਾਨ 'ਚ ਜਾਨ ਆਈ!"

ਨਿਹਾਲ ਕੌਰ ਦੇ ਜਿਵੇਂ ਦੰਦ ਜੁੜ ਗਏ। ਵਿਹੜੇ 'ਚ ਚੁੱਪ ਵਰਤ ਗਈ।

ਕੰਧ ਓਹਲੇ ਲੁਕਿਆ ਬੰਦਾ ਵੇਖੀ-ਸੁਣੀ ਜਾਂਦਾ ਸੀ! "ਹੁਣ ਤਾਂ ਭਾਈ ਦੀ ਖ਼ੈਰ ਨਹੀਂ!" ਉਹਨੇ ਮਨ-ਹੀ-ਮਨ ਸੋਚਿਆ ਤੇ ਮੁਸਕਰਾ ਕੇ ਸ਼ਰਤ ਜਿੱਤਣ ਦੀ ਆਸ ਨਾਲ਼ ਉਨ੍ਹਾਂ ਵੱਲ ਵੇਖਿਆ।

Nihala stopped her and continued with apprehension, "Listen up, dear. On the way, I saw a woman walking a few ducks. I found them irresistible and so exchanged the goat for them."

"What? Ducks?
Really? Do you know how much I love them? They'll look so lovely swimming in the nearby village pond. Children will absolutely love them, and fewer insects and mosquitos will bother us because of them. You outdid yourself! Show me, where are the ducks?" Nihalo chuckled with joy.

Now Taya Nihala had butterflies in his stomach. Then he mustered all his strength and said, "Darling, what can I say? I was starving; I could no longer bear the hunger and had to exchange the ducks for a hearty meal at the eatery. Only then could I have the strength in me to come back home."

Nihalo went stock-still. There was a pin-drop silence in the courtyard.

The man hiding behind the wall was watching and listening to everything. With a smile on his face and hope in his heart, he thought, "Now the man will get a mouthful from his wife."

ਨਿਹਾਲੋ ਇਕ ਖਿਣ ਚੁੱਪ ਧਾਰ, ਸੋਚ-ਵਿਚਾਰ ਕੇ ਬੋਲੀ, "ਪੇਟ ਨਾ ਪਈਆਂ ਰੋਟੀਆਂ, ਤਾਂ ਸੱਭੇ ਗੱਲਾਂ ਖੋਟੀਆਂ। ਭੁੱਖੇ ਰਹਿ ਕੇ ਆਪਾਂ ਪੈਸਿਆਂ, ਬੱਕਰੀ ਜਾਂ ਬੱਤਖ਼ਾਂ ਦਾ ਕੀ ਕਰਨਾ ਸੀ? ਫੇਰ ਕਦੇ ਆ ਜਾਣਗੀਆਂ। ਤੁਸੀਂ ਚੰਗਾ ਕੀਤਾ ਕਿ ਅਪਣਾ ਖ਼ਿਆਲ ਰੱਖਿਆ ਤੇ ਘਰ ਸਹੀ-ਸਲਾਮਤ ਪਰਤ ਆਏ।"

ਬੰਦਾ ਇਹ ਪਿਆਰ-ਭਰਿਆ ਵਤੀਰਾ ਵੇਖ-ਸੁਣ ਕੇ ਬਾਹਰੋਂ ਹੀ ਹਾਕ ਮਾਰ ਕਹਿਣ ਲੱਗਿਆ, "ਸਰਦਾਰ ਜੀ! ਇਹ ਲਓ, ਸੌ ਰੁਪਏ ਰੱਖ ਚਲਿਆ ਹਾਂ, ਛੇਤੀ ਘਰ ਮੁੜਨਾ ਏ, ਦੇਰ ਹੋ ਗਈ ਤੇ ਮੇਰੀ ਘਰ ਵਾਲ਼ੀ ਮੇਰੀ ਚੰਗੀ ਭੁਗਤ ਸੁਆਰੇਗੀ!"

ਭਾਵੇਂ ਮੱਝ ਦਾ ਸੌਦਾ ਨਹੀਂ ਸੀ ਬਣਿਆ, ਪਰ ਤਾਏ ਨਿਹਾਲੇ ਤੇ ਬੀਬੀ ਨਿਹਾਲੋ ਦੇ ਆਪਸੀ ਪਿਆਰ ਤੇ ਸਤਿਕਾਰ ਸਦਕੇ — ਸੌ ਰੁਪਏ ਤਾਂ ਆਪ ਚਲ ਕੇ ਉਨ੍ਹਾਂ ਦੇ ਘਰ ਆਣ ਪੁੱਜੇ ਸਨ।

Reflecting after a moment's pause, Nihalo said, "An empty stomach does no good. What use is money, a goat, or a couple of ducks when one is starving? We can get those some other time. You did the right thing by looking after yourself and returning home safely."

The man was so impressed with Nihalo's loving demeanor that he shouted from the outside, "Sardarji! You win the bet. Here is your one hundred rupees coin. I've got to rush back home; my wife will be furious if I am late."

Though the buffalo deal was not struck, due to Taya Nihala and Tayee Nihalo's mutual love and respect, the hundred rupees had literally walked to their home on its own.

੯. ਪਤੀਲੀ ਚੱਲ ਵੱਸੀ

"ਕਲ੍ਹਾ ਕਲੰਦਰ ਵੱਸੇ, ਤੇ ਘੜਿਓਂ ਪਾਣੀ ਨੱਸੇ: ਜਿੱਥੇ ਫੁੱਟ ਤੇ ਲੜਾਈ ਹੁੰਦੀ ਰਹੇ, ਉਹ ਟੱਬਰ, ਬਰਾਦਰੀ, ਕੌਮ ਸਦਾ ਤਬਾਹ ਹੁੰਦੀ ਹੈ।" ਰਾਣੀ ਦੀ ਇਹ ਗੱਲ ਤਾਏ ਤੇ ਬਿਸ਼ਨੇ ਨੂੰ ਹੌਲ਼ੀ-ਹੌਲ਼ੀ ਸਮਝ ਆਉਣ ਲੱਗ ਪਈ ਸੀ।

ਇਕ ਵਾਰੀ ਤਾਈ ਤੇ ਤਾਏ ਨੇ ਘਰ ਪਰਾਹੁਣੇ ਸੱਦੇ ਹੋਏ ਸੀ। ਸਬਜ਼ੀ ਰਿੰਨ੍ਹਣ ਲਈ ਇਕ ਪਤੀਲੀ ਘੱਟ ਪੈਂਦੀ ਸੀ। ਤਾਈ ਨੇ ਤਾਏ ਨੂੰ ਗੁਆਂਢੀਆਂ ਕੋਲ਼ੋਂ ਉਧਾਰੀ ਮੰਗਣ ਭੇਜਿਆ। ਕਿਉਂਕਿ ਰਾਣੀ ਦੇ ਫ਼ੈਸਲੇ ਮਗਰੋਂ ਦੋਵੇਂ ਫੇਰ ਖੰਡ-ਖੀਰ ਹੋ ਗਏ ਸਨ, ਤਾਇਆ ਬਿਸ਼ਨੇ ਦੇ ਘਰੋਂ ਪਤੀਲੀ ਮੰਗ ਲਿਆਇਆ।

ਗ਼ਲਤੀ ਨਾਲ਼ ਪਤੀਲੀ ਪਰਾਹੁਣਿਆਂ ਦੇ ਸਾਮਾਨ ਵਿਚ ਚਲੀ ਗਈ। ਤਾਏ ਨੇ ਪਤੀਲੀ ਵੱਟੇ ਬਿਸ਼ਨੇ ਨੂੰ ਦੋ ਛੰਨੇ ਦਿੰਦਿਆਂ ਕਿਹਾ, "ਭਾਈ, ਤੇਰੀ ਪਤੀਲੀ ਤੇ ਸੂਈ ਏ; ਇਹਨੇ ਇਹ ਛੰਨੇ ਜੰਮੇ ਹਨ। ਇਹ ਤੇਰੇ ਹੋਏ। ਪਤੀਲੀ ਅਜੇ ਕੰਮ 'ਤੇ ਨਹੀਂ ਜਾਂਦੀ।"

ਤਾਏ ਨੇ ਸੋਚਿਆ ਕਿ ਅਕਲਮੰਦ ਨੂੰ ਇਸ਼ਾਰਾ ਕਾਫ਼ੀ। ਬਿਸ਼ਨਾ ਸਮਝ ਗਿਆ ਹੋਵੇਗਾ। ਪਰ ਬਿਸ਼ਨਾ ਵੀ ਕਿਹੜਾ ਘੱਟ ਸੀ। ਕੁਝ-ਕੁ ਦਿਨਾਂ ਮਗਰੋਂ ਤਾਏ ਦੇ ਘਰ ਜਾ ਪਹੁੰਚਿਆ ਤੇ ਸੁੱਖ-ਸਾਂਦ ਪੁੱਛਣ ਪਿੱਛੋਂ ਪਤੀਲੀ ਦਾ ਹਾਲ-ਚਾਲ ਪੁੱਛਣ ਲੱਗਿਆ, "ਕਿਉਂ ਭਾਈ ਨਿਹਾਲ ਸਿਆਂ, ਪਤੀਲੀ ਨੇ ਕੁਝ ਹੋਰ ਜੰਮਿਆ ਏ ਕਿ ਕੰਮ ਕਰਨ ਜੋਗੀ ਹੋ ਗਈ ਏ?"

9. The Pot Passed Away

"Mutual discord is always detrimental to the survival of a family, community, or a nation." Taya and Bishna slowly realized the queen's parting message to them. So they were on friendly terms again.

Once, Taya and Tayee had some guests over for a stay. They were short of one *patili* to cook vegetable stew. Tayee asked Taya to go and borrow the patili from the neighbors. Taya brought one from Bishna's house.

By mistake, the pot got packed with the visitors' luggage. Taya went to Bishna, gave him two *chhanney* in return for the patili, and said, "Brother, your patili has given birth to these chhanney. These are yours now. The patili is on maternity leave and can't go to work."

Taya thought Bishna, being a wise man, would have understood what he meant. But Bishna was no less cunning than Taya. A few days later, he went to Taya. After exchanging greetings, he enquired how the patili was doing, "Brother Nihal Singh, has the pot given birth to any more children, or is it now able to return to work?"

patili: a metal cooking pot
chhanney: large metal bowls

ਤਾਏ ਨੇ ਸ਼ਰਮੋ-ਸ਼ਰਮੀ ਦੋ ਕੌਲੀਆਂ ਲਿਆ ਕੇ ਬਿਸ਼ਨੇ ਦੇ ਹੱਥੀਂ ਧਰ ਦਿੱਤੀਆਂ। ਸੋਚਿਆ, ਚਲੋ ਹੁਣ ਬਿਸ਼ਨਾ ਉਹਦਾ ਖਹਿੜਾ ਛੱਡ ਦੇਊ।

ਉਤਾਵਲਾ ਸੋ ਬਾਵਲਾ: ਕੁਝ-ਕੁ ਦਿਨਾਂ ਮਗਰੋਂ ਬਿਸ਼ਨੇ ਨੇ ਫੇਰ ਗੇੜਾ ਮਾਰਿਆ ਤੇ ਉਹੀ ਸਵਾਲ ਤਾਏ ਨੂੰ ਪੁੱਛਿਆ।

ਤਾਇਆ ਹੁਣ ਤਕ ਕਈ ਭਾਂਡੇ ਵਟਾ ਕੇ ਅੱਕ ਗਿਆ ਸੀ। ਜਵਾਬ ਦਿੱਤਾ, "ਅਫ਼ਸੋਸ ਏ ਬਿਸ਼ਨਿਆ, ਤੇਰੀ ਪਤੀਲੀ ਤਾਂ ਚੱਲ ਵੱਸੀ।"

"ਹੈਂ? ਕਦੇ ਪਤੀਲੀ ਵੀ ਮਰਦੀ ਏ?" ਬਿਸ਼ਨੇ ਨੇ ਅੱਖਾਂ ਕੱਢ ਕੇ ਪੁੱਛਿਆ।

"ਜਦ ਉਹ ਬੱਚੇ ਜੰਮ ਸਕਦੀ ਏ, ਤਾਂ ਮਰ ਕਿਉਂ ਨਹੀਂ ਸਕਦੀ?" ਬਿਸ਼ਨੇ ਦਾ ਮੌਜੂ ਬਣਾਉਂਦਿਆਂ ਤਾਇਆ ਅਪਣੇ ਕੰਮ ਲੱਗ ਗਿਆ। ਉਹ ਜਾਣਦਾ ਸੀ ਕਿ ਇਸ ਮਾਮਲੇ 'ਚ ਲੇਂਝ ਪਿੱਛੋਂ ਲੱਥ ਗਈ ਏ।

Embarrassed, Taya handed two *kaulian* over to Bishna. He thought this would satisfy Bishna, and he would get off his back.

Excited to be getting ahead in the game, a few days later, Bishna went to see Taya again and asked him the same question.

Taya was tired of swapping many bowls for that small patili.
He answered, "Bishna, I'm so sorry. Your patili has passed away."

"What? A patili doesn't die!" Bishna stuttered with utter disbelief.

"If she can give birth, why can't she die?" Making a mockery of Bishna, Taya carried on with his work. He knew well that Bishna would never bother him for the patili again.

kaulian: small metal bowls

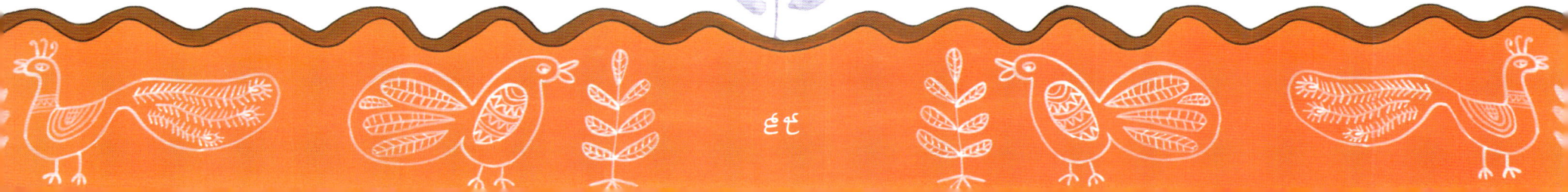

੧੦. ਗੱਲ ਪੁੱਛਣ ਦਾ ਚੱਜ

ਇਕ ਵਾਰ ਪਿੰਡ ’ਚ ਕਿਸੇ ਸਜ-ਵਿਆਹੀ ਕੁੜੀ ਨੂੰ ਉਹਦਾ ਪਤੀ ਆਖਣ ਲੱਗਾ, “ਮੈਂ ਦੁੱਧ ਲੈ ਆਉਂਦਾਂ, ਅੱਜ ਆਪਾਂ ਖੀਰ ਖਾਵਾਂਗੇ।” ਵਹੁਟੀ ਨੂੰ ਖੀਰ ਬਣਾਉਣੀ ਨਹੀਂ ਸੀ ਆਉਂਦੀ, ਪਰ ਉਹ ਪਤੀ ਸਾਹਮਣੇ ਮੱਥਾ ਨੀਵਾਂ ਵੀ ਨਹੀਂ ਸੀ ਕਰਵਾਉਣਾ ਚਾਹੁੰਦੀ। ਸੋ ਉਹ ਗੋਂਗਲੂਆਂ ਤੋਂ ਮਿੱਟੀ ਝਾੜਨ ਲੱਗੀ, “ਜੀ ਵਿਆਹ ਵਿਚ ਖੀਰ-ਪੂੜੀਆਂ ਖਾ-ਖਾ ਮੇਰਾ ਤਾਂ ਜੀਅ ਅੱਕ ਗਿਆ ਏ। ਨਾਲ਼ੇ ਖੀਰ ਦਾ ਕੀ ਏ? ਮੈਂ ਤੁਹਾਨੂੰ ਬਾਹਲ਼ਾ ਸੁਆਦ ਕੜਾਹ ਬਣਾ ਕੇ ਖੁਆਉਂਦੀ ਆਂ।”

ਪਰ ਘਰਵਾਲ਼ੇ ਨੂੰ ਟੱਸ ਤੋਂ ਮੱਸ ਨਾ ਹੁੰਦਾ ਵੇਖ ਕਹਿਣ ਲੱਗੀ, “ਚਲੋ ਫੇਰ ਤੁਸੀਂ ਦੁੱਧ ਲੈ ਆਓ। ਮੈਂ ਤੁਹਾਨੂੰ ਬੜੀ ਸਵਾਦਲੀ ਖੀਰ ਰਿੰਨ੍ਹ ਕੇ ਖਵਾਵਾਂਗੀ। ਮੇਰੀ ਰਿੰਨ੍ਹੀ ਖੀਰ ਤਾਂ ਘਰ ਦੇ ਬੜੇ ਚਾਅ ਨਾਲ਼ ਖਾਂਦੇ ਸਨ।”

ਪਤੀ ਦੁੱਧ ਲਿਆ ਕੇ ਕੰਮ ’ਤੇ ਚਲਾ ਗਿਆ।

10. The Art of Asking

Once, in the village, a man said to his new wife, “I’ll go get some milk; we will have *kheer* today.” The wife did not know how to make kheer, but she didn’t want to appear incompetent on account of not knowing how to make such a typical dessert. So she started to make excuses, “Ji, I’m so tired of feasting on kheer and *poorrie* during the wedding. Also, what’s so special about kheer? I will make you a delicious *karrah*.”

But seeing her husband adamant about wanting kheer, she declared, “Okay, you bring the milk. I’ll make delicious kheer for you. My family thinks my kheer is scrumptious!”

The husband brought the milk and went to work.

kheer: sweet rice cooked in milk
poorrie: deep fried flat bread
karrah: sweet pudding made with grain flour and ghee

ਦਾਅ ਲੱਗਦਿਆਂ ਹੀ ਵਹੁਟੀ ਅਪਣੇ ਘਰੋਂ ਨਿਕਲ਼ੀ। ਤਾਵਲੀ-ਤਾਵਲੀ ਗੁਆਂਢਣ ਤਾਈ ਨਿਹਾਲੋ ਕੋਲ਼ ਪਹੁੰਚੀ ਤੇ ਖੀਰ ਰਿੰਨ੍ਹਣ ਦਾ ਢੰਗ ਪੁੱਛਿਆ।

ਤਾਈ ਨੇ ਨਵੀਂ ਗੁਆਂਢਣ ਨੂੰ ਬੜੇ ਪਿਆਰ ਨਾਲ਼ ਅਪਣੇ ਕੋਲ਼ ਬਿਠਾਇਆ। ਸੁਖ-ਸਾਂਦ ਪੁੱਛਣ ਮਗਰੋਂ ਛਾਹ-ਪਾਣੀ* ਪਿਆ ਕੇ ਖੀਰ ਰਿੰਨ੍ਹਣ ਦਾ ਤਰੀਕਾ ਦੱਸਣ ਲੱਗੀ।

ਤਾਈ ਨੇ ਕਿਹਾ, “ਪਹਿਲਾਂ ਚੌਲ਼ ਸਾਫ਼ ਕਰਕੇ, ਪਾਣੀ ’ਚ ਭਿਓਂ ਦੇਈਂ ਤੇ ਨਾਲ਼ ਹੀ ਦੁੱਧ ਉਬਾਲ਼ ਲਈਂ।”

ਵਹੁਟੀ: “ਇਹ ਤਾਂ ਮੈਨੂੰ ਪਤੈ।”
ਤਾਈ: “ਫਿਰ ਭਿੱਜੇ ਚੌਲ਼ ਦੁੱਧ ’ਚ ਪਾ ਦੇਈਂ।”
ਵਹੁਟੀ: “ਇਹ ਵੀ ਮੈਨੂੰ ਪਤੈ।”
ਤਾਈ: “ਫਿਰ ਥੋੜ੍ਹੀ-ਜਿਹੀ ਖੰਡ, ਕੁਝ ਬਦਾਮਾਂ ਦੀਆਂ ਗਿਰੀਆਂ, ਸੌਗੀ, ਤੇ ਦੋ-ਕੁ ਦਾਣੇ ਇਲਾਇਚੀ ਦੇ ਪਾ ਦੇਈਂ। ਖੀਰ ਬੜੀ ਸੁਆਦਲੀ ਬਣ ਜਾਵੇਗੀ।”
ਵਹੁਟੀ: “ਤਾਈ! ਇਹ ਤਾਂ ਮੈਨੂੰ ਸਭ ਪਤੈ।”

*ਛਾਹ-ਪਾਣੀ - ਲੱਸੀ-ਪਾਣੀ

As soon as possible, the wife sneaked out of her home. She hurried to her neighbor, Tayee Nihalo, to ask the recipe for kheer.

Tayee received her new neighbor affectionately, asked about her well-being, offered her buttermilk for refreshment, and started explaining the process of making kheer.

Tayee said, “First, clean the rice, rinse it and soak it in the water while you simultaneously boil the milk.”
Wife: “That, I know.”
Tayee: “Then, add the soaked rice to the boiling milk.”
Wife: “That, too, I know.”
Tayee: “Then, add a little sugar, almonds, raisins, and seeds from a couple of cardamom pods. It will make the kheer delicious!”
Wife: “That’s all? I already know all this, Tayee!”

ਤਾਈ ਜੋ ਵੀ ਗੱਲ ਦੱਸਦੀ, ਸਜ-ਵਿਆਹੀ ਕੁੜੀ ਸੁਣ ਕੇ ਝੱਟ ਕਹਿ ਦੇਂਦੀ ਕਿ ਇਹ ਤਾਂ ਮੈਨੂੰ ਪਤਾ ਹੀ ਹੈ।

ਤਾਈ ਨੂੰ ਬੜੀ ਖਿੱਝ ਚੜ੍ਹੀ। ਇਹਨੂੰ ਪਤਾ ਚਲ ਗਿਆ ਸੀ ਕਿ ਕੁੜੀ ਨੂੰ ਖੀਰ ਰਿੰਨ੍ਹਣੀ ਨਹੀਂ ਆਉਂਦੀ, ਪਰ ਐਵੇਂ ਹੀ ਉਸਤਾਦੀ ਕਰੀ ਜਾਂਦੀ ਹੈ। ਸੋ ਤਾਈ ਨੇ ਵਹੁਟੀ ਨੂੰ ਪਰਖਣਾ ਚਾਹਿਆ।

ਇਹ ਕਹਿਣ ਲੱਗੀ, "ਜਿਸ ਵੇਲੇ ਦੁੱਧ ਸੰਘਣਾ ਹੋ ਜਾਵੇ, ਤਾਂ ਉਸ ਵਿਚ ਦੋ ਨਿੰਬੂ ਨਿਚੋੜ ਦੇਵੀਂ। ਬਸ ਵਧੀਆ ਖੀਰ ਤਿਆਰ ਹੋ ਜਾਵੇਗੀ।" ਵਹੁਟੀ ਬੜੇ ਦਾਅਵੇ ਨਾਲ਼ ਕਹਿਣ ਲੱਗੀ, "ਤਾਈ ਜੀ, ਇਹ ਵੀ ਮੈਨੂੰ ਪਤੈ।"

ਤੇ ਉਹ ਅਪਣੇ ਘਰ ਵੱਲ ਦੌੜ ਗਈ।

ਤਾਈ ਹੈਰਾਨ ਹੋਈ ਵੇਖਦੀ ਹੀ ਰਹਿ ਗਈ। ਅੱਗੇ ਕੀ ਹੋਣਾ ਸੀ, ਇਹ ਸੋਚ-ਸੋਚ ਕੇ ਤਾਈ ਦੇ ਅੰਦਰ ਦੀ ਇੱਲਤੀ ਬਾਲੜੀ ਟਪੂਸੀਆਂ ਮਾਰਨ ਲੱਗੀ।

The newlywed would retort as if she knew everything no matter what Tayee stated.

Tayee got really annoyed. She inferred that the young lady was a show-off and did not know how to cook the kheer. So Tayee went on to test her.

She continued, "When the milk on the stove gets thick, squeeze the juice of two limes into it. Voilà! A tasty kheer shall be ready." The wife bragged with great confidence, "Tayee-ji, I know this, too."

And now, she hurried back to her house.

Bewildered, Tayee could say nothing but just gape at the neighbor leaving. What would happen next, the very thought of it, made the naughty, little girl in Tayee bounce in anticipation.

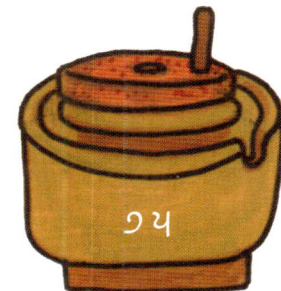

ਘਰ ਆ ਕੇ ਵਹੁਟੀ ਨੇ, ਜਿਵੇਂ ਕਿ ਤਾਈ ਨਿਹਾਲੋ ਨੇ ਦੱਸਿਆ ਸੀ, ਚੌਲ਼ ਸਾਫ਼ ਕਰਕੇ ਪਾਣੀ 'ਚ ਭਿਓਂ ਦਿੱਤੇ। ਫੇਰ ਦੁੱਧ ਉਬਾਲ਼ ਕੇ, ਵਿਚ ਚੌਲ਼ ਪਾਏ। ਫਿਰ ਥੋੜ੍ਹੀ ਖੰਡ, ਕੁਝ ਗਿਰੀਆਂ, ਸੌਗੀ, ਤੇ ਇਲਾਇਚੀਆਂ ਪਾਈਆਂ, ਤੇ ਜਦ ਦੁੱਧ ਸੰਘਣਾ ਹੋ ਗਿਆ, ਤਾਂ ਉਸ ਅੱਗ ਖਿੱਚ ਦਿੱਤੀ। ਖੀਰ ਦੀ ਖ਼ੁਸ਼ਬੋ ਨਾਲ਼ ਘਰ ਮਹਿਕ ਉਠਿਆ।

ਪਰ ਫਿਰ ਉਹਨੇ ਖੀਰ ਵਿਚ ਦੋ ਨਿੰਬੂ ਨਿਚੋੜ ਦਿੱਤੇ। ਤੱਤੀ-ਤੱਤੀ ਖੀਰ ਵਿਚ ਨਿੰਬੂ ਨਿਚੋੜਦੇ-ਸਾਰ ਦੁੱਧ ਫੱਟ ਗਿਆ।

ਸ਼ਾਮੀਂ ਜਦੋਂ ਪਤੀ ਘਰ ਆਇਆ, ਤਾਂ ਵਹੁਟੀ ਨੇ ਬੜੇ ਪਿਆਰ ਨਾਲ਼ ਕਟੋਰੇ ਵਿਚ ਖੀਰ ਪਾ ਕੇ ਉਸ ਅੱਗੇ ਰੱਖੀ। ਫਿੱਟੇ ਹੋਏ ਦੁੱਧ ਵਾਲ਼ੀ ਬਕ-ਬਕੀ ਖੀਰ ਚੱਖਦਿਆਂ ਹੀ ਪਤੀ ਗ਼ੁੱਸੇ ਨਾਲ਼ ਬੋਲਿਆ, "ਇਹ ਕੀ ਕੀਤਾ ਈ? ਕਿੱਥੋਂ ਸਿੱਖੀ ਏ ਏਹੋ ਜਿਹੀ ਖੀਰ ਬਣਾਉਣੀ?"

ਵਹੁਟੀ ਨੂੰ ਸਮਝਦਿਆਂ ਦੇਰ ਨਾ ਲੱਗੀ। ਉਹਨੇ ਸਭ ਕੁਝ ਸੱਚੋ-ਸੱਚ ਆਖ ਸੁਣਾਇਆ ਤੇ ਇਹ ਵੀ ਕਿ ਗੁਆਂਢ ਵਾਲ਼ੀ ਤਾਈ ਨੇ ਕਿਹਾ ਸੀ ਕਿ ਅੰਤ ਵਿਚ ਦੋ ਨਿੰਬੂ ਨਿਚੋੜ ਦਈਂ। ਪਤੀ ਨੂੰ ਰੋਹ ਚੜ੍ਹਿਆ ਤੇ ਉਹ ਬੁੜ-ਬੁੜ ਕਰਦਾ ਤਾਈ ਕੋਲ਼ੋਂ ਪੁੱਛਣ ਉਠ ਪਿਆ ਕਿ ਉਹਨੇ ਇਹਦੀ ਵਹੁਟੀ ਨੂੰ ਕੁਮੱਤ ਕਿਉਂ ਦਿੱਤੀ?

When she got home, the wife did precisely what Tayee had instructed. She cleaned and soaked the rice in water, boiled the milk, and added the rice. Then she added sugar, nuts, raisins, and cardamon seeds. After the milk thickened, she put off the fire. The house was fragrant with the aroma of the kheer.

But then, she squeezed the juice of two limes into the kheer. In no time, the hot kheer went sour and curdled.

When her husband came back in the evening, she affectionately offered him the kheer to eat. After tasting a mouthful of the unsavory kheer, he asked resentfully, "From where did you learn to make this miserable kheer?"

Instantly, she understood what he meant. She told him the truth to the last detail that the neighbor Tayee had given her the recipe, along with the idea of adding the lime juice to the kheer. This upset the husband, and grumbling, he got up to ask Tayee why she had ill-advised his wife.

ਉਹ ਉਠ ਖੜ੍ਹਿਆ ਈ ਸੀ ਕਿ ਵੇਖਦੈ ਕਿ ਵਿਹੜੇ ਵਿਚ ਤਾਈ ਨਿਹਾਲੋ ਡੋਲੂ ਲਈ ਖੜ੍ਹੋਤੀ ਹੈ।

ਤਾਈ ਕਹਿਣ ਲੱਗੀ, "ਪੁੱਤਰ, ਅੱਜ-ਕੱਲ੍ਹ ਜੁਆਕਾਂ ਨੂੰ ਉਲ਼ਟੀ ਵਾ ਵੱਗ ਗਈ ਏ; ਵੱਡਿਆਂ ਨੂੰ ਟਿੱਚ ਕਰ ਕੇ ਜਾਣਦੇ ਨੇ। ਤੇਰੀ ਵਹੁਟੀ ਮੇਰੇ ਕੋਲ਼ੋਂ ਖੀਰ ਰਿੰਨ੍ਹਣ ਦਾ ਤਰੀਕਾ ਪੁੱਛਣ ਆਈ ਸੀ। ਪਰ ਮੈਂ ਜਿਹੜੀ ਵੀ ਗੱਲ ਦੱਸਾਂ, ਅੱਗੋਂ ਕੰਨ ਕਤਰੇ, ਅਖੇ, "ਇਹ ਤਾਂ ਮੈਨੂੰ ਪਤੈ।" ਮੈਂ ਅੱਕ ਕੇ ਕਹਿ ਦਿੱਤਾ ਕਿ ਦੋ ਨਿੰਬੂ ਵੀ ਨਿਚੋੜ ਦੇਵੀਂ। ਕਹਿਣ ਲੱਗੀ, "ਇਹ ਵੀ ਮੈਨੂੰ ਪਤਾ ਹੈ।"""

ਮੈਂ ਮੰਨਦੀ ਹਾਂ ਕਿ ਫਿੱਟੀ ਖੀਰ ਮੇਰਾ ਹੀ ਕਸੂਰ ਹੈ, ਪਰ ਕਿਸੇ ਤੋਂ ਮੱਤ ਲੈਣੀ ਹੋਵੇ ਤੇ ਮੱਤ ਲੈਣ ਦਾ ਚੱਜ ਵੀ ਤਾਂ ਆਉਣਾ ਚਾਹੀਦੈ। ਆਹ ਲੈ, ਆਪਾਂ ਖੀਰ ਵਟਾ ਲਈਏ। ਮੇਰੀ ਕੱਟੀ ਖ਼ੁਸ਼ ਹੋ ਕੇ ਖਟੁਮਰੀ ਖੀਰ ਖਾ ਲਊਗੀ।"

ਇਹ ਸੁਣ-ਵੇਖ ਕੇ ਪਾਣੀ-ਪਾਣੀ ਹੋਈ ਵਹੁਟੀ ਦੀਆਂ ਅੱਖਾਂ ਭਰ ਆਈਆਂ ਤੇ ਉਹ ਤਾਈ ਨਿਹਾਲੋ ਦੇ ਗਲ਼ ਲਗ ਗਈ। ਉਹਨੂੰ ਹੁਣ ਖੀਰ ਰਿੰਨ੍ਹਣ ਦਾ ਹੀ ਨਹੀਂ, ਸਗੋਂ ਗੱਲ ਪੁੱਛਣ ਦਾ ਚੱਜ ਵੀ ਆ ਗਿਆ ਸੀ।

No sooner than he had gotten up to leave, he saw Tayee standing in their yard holding a container.

She said, "Son, young people these days think so little of the elderly. Your wife came to seek my advice on how to make the kheer. But no matter what I said, she'd quip, 'Yes, I know that.' Fed up with her behavior, I also told her to add lime-juice in the end. And she countered, 'I know that as well.'"

I agree that it is entirely my fault that the kheer went sour, but if someone needs to seek advice, shouldn't they have the etiquette to do so? Let's swap. Take this kheer that I have cooked. I'll feed the sour one to my buffalo calf. She'll really enjoy it."

Hearing this and realizing her mistake, the teary-eyed wife embraced the Tayee. Now she had learned not only the art of making good kheer but also that of seeking advice from others.

੧੧. ਚੋਰ ਦੀ ਤੌਬਾ

ਗੱਲ ਉਸ ਵੇਲੇ ਦੀ ਹੈ, ਜਦ ਤਾਇਆ ਨਿਹਾਲਾ ਛੜਾ-ਛਾਂਟ ਹੁੰਦਾ ਸੀ ਤੇ ਮਾੜੇ ਦਿਨ ਹੰਢਾ ਰਿਹਾ ਸੀ। ਬੇਬੇ ਜਦ ਵਾਂਢੇ ਗਈ ਹੁੰਦੀ, ਘਰ ਵਿਚ ਜਿਵੇਂ ਉੱਲੂ ਬੋਲਦੇ ਹੁੰਦੇ ਸਨ। ਇਕ ਵਾਰੀ ਸਿਆਲ਼ੇ ਨਿਹਾਲੇ ਦੇ ਘਰ, ਜਦ ਉਹ ਕੱਲ-ਮੁਕੱਲਾ ਸੀ, ਚੋਰ ਚੋਰੀ ਕਰਨ ਆ ਗਿਆ। ਨਿਹਾਲਾ ਬੂਹੇ ਲਾਗੇ ਈ ਮੰਜੇ 'ਤੇ ਪਿਆ ਠੁਰ-ਠੁਰ ਕਰੀ ਜਾਂਦਾ ਸੀ। ਚੋਰ ਨੇ ਅਪਣਾ ਕੰਬਲ਼ ਲਾਹ ਕੇ ਨਿਹਾਲੇ ਦੇ ਮੰਜੇ ਦੀ ਪੈਂਦ 'ਤੇ ਧਰ ਦਿੱਤਾ ਤੇ ਅੰਦਰ ਕੁਝ ਲੱਭਣ ਚਲਿਆ ਗਿਆ। ਇਧਰ ਨਿਹਾਲੇ ਨੇ ਕੰਬਲ਼ ਚੁੱਕ ਕੇ ਉਪਰ ਲੈ ਲਿਆ।

ਘਰ 'ਚ ਕੋਈ ਬਹੁਤਾ ਸਾਮਾਨ ਤਾਂ ਸੀ ਹੀ ਨਹੀਂ। ਜਦ ਚੋਰ ਨੂੰ ਕੁਝ ਨਾ ਲੱਭਾ, ਸੋਚਿਆ, "ਬਈ ਚੱਲੀਏ।" ਜਦ ਕੰਬਲ਼ ਚੁੱਕਣ ਲੱਗਾ, ਤਾਂ ਦੇਖਿਆ, ਕੰਬਲ਼ — ਨਿਹਾਲੇ ਉੱਤੇ। ਨਿਰਾਸ਼ ਹੋ ਕੇ ਜਾਣ ਲੱਗਾ, ਤਾਂ ਨਿਹਾਲਾ ਕਹਿੰਦਾ, "ਭਾਈ, ਇਹ ਕੀ? ਸਿਰਫ਼ ਇੱਕੋ ਕੰਬਲ਼? ਚੱਲ ਕੋਈ ਨਾ, ਬੂਹਾ ਖੁੱਲ੍ਹਾ ਰਹਿਣ ਦੇ। ਤੇਰੇ ਵਰਗਾ ਕੋਈ ਹੋਰ ਕਮਲ਼ਾ ਆ ਗਿਆ, ਤਾਂ ਮੇਰਾ ਸਿਆਲ਼ ਸੌਖਾ ਲੰਘ ਜਾਊ।"

"ਜਾਂਦੇ ਚੋਰ ਦਾ ਕੰਬਲ਼ ਹੀ ਸਹੀ!" ਇਹ ਆਖ ਨਿਹਾਲਾ ਕੰਬਲ਼ ਦਾ ਨਿੱਘ ਮਾਣਦਿਆਂ ਲੰਮੀਆਂ ਤਾਣ ਕੇ ਸੌਂ ਗਿਆ।

11. The Thief's Declaration

This episode transpired when Nihala was a bachelor and the family was going through tough times. The home was quite scantily furnished, and when Bebe Taro, his mother, would visit her relatives, it looked pretty deserted. One winter, when Nihala was alone, a thief broke into the house. Shivering with cold, Nihala quietly lay on a cot by the door. The thief put his blanket on the cot by Nihala's feet and went to look for valuables. Meanwhile, Nihala covered himself with the blanket.

When the thief realized there was nothing he could take away, he thought of leaving. He reached for his blanket but saw it on top of Nihala. As the disappointed thief left empty-handed, Nihala shouted, "Brother, what is this? Only one blanket? Alright! Just leave the door ajar. If I can get one more witless thief like you to visit me, my winter will pass in warmth!"

Having said this, Nihala slipped under the cozy blanket to embrace a deep, carefree slumber.

ਬੜੇ ਚਿਰ ਮਗਰੋਂ ਤਾਏ ਦੇ ਘਰ ਓਹੀ ਚੋਰ ਫੇਰ ਆ ਗਿਆ। ਤਾਇਆ ਤੇ ਤਾਈ ਹਾਲੇ ਜਾਗਦੇ ਸੀ। ਖੜਾਕ ਸੁਣ ਕੇ ਤਾਏ ਨੂੰ ਗੱਲ ਦਾ ਅੰਦਾਜ਼ਾ ਹੋ ਗਿਆ ਤੇ ਇਹਨੂੰ ਝੇਡ ਸੁੱਝੀ। ਤਾਇਆ ਚੋਰ ਨੂੰ ਸੁਣਾ ਕੇ ਤਾਈ ਨੂੰ ਕਹਿਣ ਲੱਗਾ, "ਨਿਹਾਲ ਕੁਰੇ, ਜਿਹੜੀ ਤੇਰੀ ਸੋਨੇ ਦੀ ਮੁੰਦਰੀ ਏ, ਉਹ ਕਿੱਥੇ ਰੱਖੀ ਹੋਈ ਐ? ਪਾਈ ਨਹੀਂ ਹੋਈ?"

ਸੱਤ ਪੱਤਣਾਂ ਦੀ ਤਾਰੂ ਤਾਈ ਕਿਹੜੀ ਘੱਟ ਸੀ, ਉਹ ਵੀ ਵਿਚਲੀ ਗੱਲ ਝੱਟ ਸਮਝ ਗਈ। ਕਹਿਣ ਲੱਗੀ, "ਉਹ ਤਾਂ ਮੈਂ, ਅਪਣੇ ਵੇਹੜੇ ਵਾਲ਼ੇ ਪਿੱਪਲ਼ ਦੀ ਖੋੜ 'ਚ ਰੱਖ ਦਿੱਤੀ ਸੀ; ਮੈਂ ਸੋਚਿਆ ਓਥੇ ਸਲਾਮਤ ਰਹੂਗੀ।"

ਚੋਰ ਨੇ ਸੋਚਿਆ, "ਬਣ ਗਈ ਗੱਲ! ਕਮਲ਼ੇ ਆਪ ਹੀ ਦੱਸੀ ਜਾਂਦੇ ਨੇ।" ਚੋਰ ਨੇ ਜਾ ਕੇ ਕਾਹਲ਼ੀ-ਕਾਹਲ਼ੀ ਪਿੱਪਲ਼ ਦੀ ਖੋੜ ਵਿਚ ਹੱਥ ਪਾਇਆ। ਉੱਥੇ ਭਰਿੰਡਾਂ ਦੀ ਖੱਖਰ ਲੱਗੀ ਹੋਈ ਸੀ। ਜਦੋਂ ਭਰਿੰਡ ਲੜਨ ਲੱਗੀ, ਤਾਂ ਉਹ ਜ਼ੋਰ ਦੀ ਚੀਕਾਂ ਮਾਰਨ ਲੱਗਾ।

ਤਾਇਆ ਉੱਚੀ-ਦੇਣੀ ਕਹਿਣ ਲੱਗਾ, "ਜੇ ਮੁੰਦਰੀ ਤੰਗ ਐ, ਤਾਂ ਤੇਲ ਲਿਆਵਾਂ?"

ਚੋਰ ਕੰਨਾਂ ਨੂੰ ਹੱਥ ਲਾਉਂਦਾ ਓਥੋਂ ਨੱਸ ਪਿਆ ਤੇ ਮੁੜ ਓਧਰ ਪੈਰ ਨਾ ਪਾਉਣ ਦੀ ਸਹੁੰ ਖਾਧੀ।

After many years, the same thief broke into their house. Taya and Tayee were still awake. Taya heard the noise, figured out what was happening, and thought of a jest. He asked Tayee, "Nihalo, where did you put your gold ring? It's not on you."

Tayee was no fool. She quickly understood what Taya was up to and said, "That! I put it in the hollow of the Pippal tree to keep it safe from the thieves."

The thief sneered, "Silly couple is giving up the secret all by themselves." He hurried to the hollow and put his hand in to look for the ring. There lay a wasps' nest which he had disturbed. As the wasps started stinging him, he howled in pain.

Taya yelled loudly, "If the ring is too tight, shall I bring some oil to slip it on your finger?" The thief ran for his life, vowing never, ever to mess with Taya again.

੧੨. ਹਾਜ਼ਿਰਦਿਮਾਗ਼ੀ

ਤਾਏ ਦੇ ਪਿੰਡ ਦੇ ਸਾਰੇ ਲੋਕ ਤਾਂ ਉਹਦੀ ਖ਼ੁਸ਼ਦਿਲੀ, ਜੁਗਤਾਂ ਤੇ ਹਾਜ਼ਿਰਜਵਾਬੀ ਦੇ ਕਾਇਲ ਸਨ ਹੀ, ਹੁਣ ਤਾਂ ਰਾਣੀ ਵੀ ਉਹਦੀ ਕਦਰਦਾਨ ਹੋ ਗਈ। ਕਈ ਵਾਰ ਜਦ ਰਾਣੀ ਨੂੰ ਕੋਈ ਮਸਲ੍ਹਾ ਸੁਲਝਾਉਂਦਿਆਂ ਲੱਗਦਾ ਕਿ ਉਹਦੇ ਵਜ਼ੀਰਾਂ ਦੀ ਸਲਾਹ ਵਿਚ ਊਣਤਾਈ ਏ, ਜਾਂ ਕਿਸੇ ਕਾਰਨ ਕਿਸੇ ਨਾਲ਼ ਨਿਆਂ ਨਹੀਂ ਹੋ ਰਿਹਾ, ਉਹ ਸਲਾਹ ਲੈਣ ਲਈ ਤਾਏ ਨੂੰ ਸੱਦ ਲੈਂਦੀ।

ਇਹੋ ਜਿਹੀ ਕਿਹੜੀ ਭੀੜ ਸੀ, ਜਿਹੜੀ ਕਿ ਤਾਏ ਨੇ ਹੰਢਾਈ ਨਾ ਹੋਵੇ ਜਾਂ ਉਹਦੇ ਤੋਂ ਲੁਕੀ-ਛੁਪੀ ਹੋਵੇ। ਤਾਏ ਨਿਹਾਲੇ ਦਾ ਮਸ਼ਵਰਾ ਹਰ ਵਾਰੀ ਰਾਣੀ ਨੂੰ ਜਚ ਜਾਂਦਾ ਤੇ ਉਹ ਖ਼ੁਸ਼ ਹੋ ਕੇ ਤਾਏ ਨੂੰ ਢੁੱਕਵਾਂ ਇਨਾਮ ਦੇ ਕੇ ਨਿਹਾਲ ਕਰਦੀ।

ਰਾਣੀ ਦੇ ਤਾਏ ਨੂੰ ਅੱਖਾਂ ’ਤੇ ਬਿਠਾਉਣ ’ਤੇ ਅਤੇ ਦਰਬਾਰ ’ਚ ਤਾਏ ਦੀ ਗੁੱਡੀ ਚੜ੍ਹਦੀ ਵੇਖ ਵਜ਼ੀਰ ਤੇ ਸਲਾਹਕਾਰ ਤਾਏ ਤੋਂ ਸੜਨ ਲੱਗ ਪਏ ਤੇ ਉਹਨੂੰ ਲਾਂਭੇ ਕਰਨ ਦੀਆਂ ਜੁਗਤਾਂ ਸੋਚਣ ਲੱਗੇ। ਤਾਏ ਨੂੰ ਤੇ ਉਹ ਕੁਝ ਕਹਿ ਹੀ ਨਹੀਂ ਸਨ ਸਕਦੇ; ਸਿਪਾਹੀ ਦੀ ਮੰਗੀ ਵੱਢੀ ਵੱਟੇ ਪੁਆਏ ਪੌਲੇ ਹਾਲੇ ਉਨ੍ਹਾਂ ਨੂੰ ਭੁੱਲੇ ਨਹੀਂ ਸਨ।

ਸੋ ਉਨ੍ਹਾਂ ਰਾਣੀ ਕੋਲ਼ ਅਪਣਾ ਗਿਲਾ ਜ਼ਾਹਿਰ ਕੀਤਾ, “ਗ਼ੁਸਤਾਖ਼ੀ ਮੁਆਫ਼ ਰਾਣੀ ਸਾਹਿਬਾ; ਪਰ ਜੇ ਤੁਹਾਨੂੰ ਸਾਡੇ ਮਸ਼ਵਰੇ ’ਤੇ ਇਤਬਾਰ ਹੀ ਨਹੀਂ, ਤਾਂ ਤੁਸੀਂ ਸਾਡੀ ਛੁੱਟੀ ਕਰ ਦਿਓ ਤੇ ਨਿਹਾਲ ਸਿੰਘ ਨੂੰ ਅਪਣਾ ਸਲਾਹਕਾਰ ਰੱਖ ਲਵੋ।”

12. Presence of Mind

Residents of Taya’s village were already admirers of his generosity, his wit, and his presence of mind; now, the queen, too, started valuing him for these qualities. When faced with a problem that her ministers could not handle or when she was not entirely convinced of justice being served, she would summon Taya to seek his counsel.

There was not a problem in the world that Taya had not endured in his life or to which he didn’t know the solution. His advice was always welcomed by the queen, and she bestowed fitting rewards upon him.

Seeing his prestige rise in the court, the queen’s ministers and advisors came to be jealous of Taya and began to devise ways to keep him away. They knew they could not say anything to him; they had not forgotten the shoe episode when the policeman had asked for a bribe. So they decided to take their grievance to the queen.

They complained, “Excuse us, Your Highness! If you find our counsel untrustworthy, we seek to leave, and you may appoint Nihal Singh as your advisor.”

ਰਾਣੀ ਮੁਸਕੁਰਾਈ ਤੇ ਸੋਚਣ ਹੀ ਲੱਗੀ ਸੀ ਕਿ ਉਨ੍ਹਾਂ ਨੂੰ ਕੀ ਜਵਾਬ ਦੇਵੇ ਕਿ ਕੋਲ ਆਏ ਸੂਹੀਏ ਨੇ ਚੁਪੀਤੀ ਦੱਸ ਪਾਈ, "ਰਾਣੀ ਸਾਹਿਬਾ, ਸ਼ਹਿਰ ਦੇ ਬਾਹਰਵਾਰ ਵੱਡਾ-ਸਾਰਾ ਕਾਫ਼ਿਲਾ ਲੰਘ ਰਿਹਾ ਏ। ਭਲੇ ਲੋਕ ਲੱਗਦੇ ਨੇ; ਪਰ ਜੇ ਤੁਹਾਡੀ ਇਜਾਜ਼ਤ ਹੋਵੇ ਤੇ ਅੱਗੇ ਹੋਰ ਪਤਾ ਕਰੀਏ?"

ਰਾਣੀ ਨੇ ਸੂਹੀਏ ਨੂੰ ਹਾਂ 'ਚ ਇਸ਼ਾਰਾ ਕੀਤਾ, ਕੰਨ 'ਚ ਕੁਝ ਕਿਹਾ ਤੇ ਨਾਲ ਹੀ ਵਜ਼ੀਰ ਨੂੰ ਹੁਕਮ ਕੀਤਾ, "ਵਜ਼ੀਰ ਸਾਹਿਬ, ਲਹਿੰਦੇ ਪਾਸੇ ਵਾਲੇ ਦਰਵਾਜ਼ੇ ਕੋਲੋਂ ਜਿਹੜਾ ਕਾਫ਼ਿਲਾ ਲੰਘਦਾ ਪਿਆ ਏ, ਪਤਾ ਤੇ ਕਰੋ ਕਿੱਧਰ ਨੂੰ ਚੱਲਿਆ ਏ।" ਵਜ਼ੀਰ ਨੇ ਆ ਕੇ ਦੱਸਿਆ, "ਜੀ, ਉਹ ਅਜਮੇਰ ਸ਼ਰੀਫ਼ ਚੱਲਿਆ ਏ।"

"ਹੂੰਅ! ਤੇ ਉਹ ਆਇਆ ਕਿੱਥੋਂ ਏ?" ਰਾਣੀ ਨੇ ਸਵਾਲ ਕੀਤਾ।
"ਜੀ... ਇਹ ਤੇ ਮੈਂ ਨਹੀਂ ਪੁੱਛਿਆ," ਵਜ਼ੀਰ ਨੇ ਸਿਰ ਨਿਵਾ ਕੇ ਕਿਹਾ।

ਫੇਰ ਰਾਣੀ ਨੇ ਵੱਡੇ ਸਲਾਹਕਾਰ ਨੂੰ ਆਖਿਆ, "ਸਲਾਹਕਾਰ ਜੀ, ਜ਼ਰਾ ਪਤਾ ਤੇ ਕਰ ਕੇ ਆਓ ਕਿ ਉਹ ਕਿੱਥੋਂ ਆਏ ਨੇ?"

ਸਲਾਹਕਾਰ ਨੇ ਆ ਕੇ ਦੱਸਿਆ, "ਜੀ, ਉਹ ਲਹੌਰੋਂ ਆਏ ਨੇ।"
"ਚੰਗਾ! ਤੇ ਉਨ੍ਹਾਂ ਨੂੰ ਘਰੋਂ ਨਿਕਲਿਆਂ ਕਿੰਨੇ ਦਿਨ ਹੋ ਗਏ ਨੇ?"
ਰਾਣੀ ਨੇ ਅੱਗੇ ਹੋਰ ਜਾਣਨਾ ਚਾਹਿਆ।
"ਜੀ... ਇਹ ਤੇ ਮੈਂ ਨਹੀਂ ਪੁੱਛਿਆ," ਸਲਾਹਕਾਰ ਨੇ ਮੂੰਹ 'ਚ ਉਂਗਲ ਦੇ ਕੇ ਕਿਹਾ।

The queen smiled. As she wondered what to say, her informer arrived and muttered, "Your Royal Highness, a large caravan of people has been noticed passing through the outskirts of the town. They seem like a good lot, but if you permit, shall we inquire more about them?"

The queen gestured affirmingly, whispered something in his ear, and then ordered the minister, "Sir, please find out where the caravan of people passing near the west gate is headed?" The minister came back and reported, "Your Highness, they are going to Ajmer Sharif."

"Good enough. And tell me, where are they coming from?" the queen asked.
Bowing his head, the minister replied, "Um...sorry...that, I didn't ask."

Then the queen instructed her senior advisor, "Sir, please find out where they have come from."

The senior advisor went to inquire and reported back, "Your Highness, they have arrived from Lahore."
"Thank you. And how many days has it been since they left their homes?" She wanted to know more.
Biting his finger, the advisor replied, "Um...sorry...that, I didn't ask."

ਓਦੋਂ ਤੀਕਣ ਰਾਣੀ ਦਾ ਚੁੱਪ-ਚੁਪੀਤੇ ਬੁਲਾਇਆ ਤਾਇਆ ਓਥੇ ਪਹੁੰਚ ਗਿਆ ਸੀ। ਹਾਲ-ਚਾਲ ਪੁੱਛਣ ਬਾਅਦ ਰਾਣੀ ਨੇ ਤਾਏ ਨੂੰ ਕਿਹਾ, "ਨਿਹਾਲ ਸਿੰਘ ਜੀ, ਜ਼ਰਾ ਪਤਾ ਤੇ ਕਰ ਕੇ ਦੱਸੋ ਕਿ ਸ਼ਹਿਰ ਦੇ ਬਾਹਰਵਾਰ ਜਿਹੜਾ ਕਾਫ਼ਿਲਾ ਲੰਘਦਾ ਪਿਆ ਏ, ਓਹਨੂੰ ਚੱਲਿਆਂ ਕਿੰਨੇ ਦਿਨ ਹੋ ਗਏ ਨੇ?"

ਥੋੜ੍ਹੀ ਹੀ ਦੇਰ ਵਿਚ ਸੂਹੀਏ ਨੇ ਸਾਰੀ ਤਫ਼ਸੀਲ 'ਕੱਠੀ ਕਰ ਕੇ ਰਾਣੀ ਨੂੰ ਦੇ ਦਿੱਤੀ। ਤਾਇਆ ਵੀ ਓਥੇ ਆਣ ਪਹੁੰਚਿਆ ਤੇ ਰਾਣੀ ਕੋਲ਼ੋਂ ਗੱਲ ਕਰਨ ਦੀ ਇਜਾਜ਼ਤ ਮੰਗੀ।

ਰਾਣੀ ਦੀ ਹਾਮੀ 'ਤੇ ਤਾਏ ਨੇ ਦੱਸਿਆ, "ਰਾਣੀ ਸਾਹਿਬਾ, ਪੰਜਾਹ ਬੰਦਿਆਂ ਦਾ ਕਾਫ਼ਿਲਾ ਹੈ, ਜਿਹਦੇ ਵਿਚ ਵੀਹ ਜ਼ਨਾਨੀਆਂ ਤੇ ਦਸ ਬੱਚੇ ਵੀ ਨੇ। ਪੰਜ ਦਿਨਾਂ ਪਹਿਲੋਂ ਲਹੌਰੋਂ ਤੁਰੇ ਸਨ। ਅਜਮੇਰ ਸ਼ਰੀਫ਼ ਦੀ ਜ਼ਿਆਰਤ ਨੂੰ ਚੱਲੇ ਨੇ। ਖ਼ਵਾਜਾ ਮੁਈਉਨੋਦੀਨ ਚਿਸ਼ਤੀ ਦਾ ਉਰਸ ਦੋ ਮਾਘ ਦਾ ਏ, ਓਦੋਂ ਤੀਕਣ ਓਥੇ ਅੱਪੜ ਜਾਣਗੇ। ਉਨ੍ਹਾਂ ਦਾ ਸਾਮਾਨ ਦਸ ਖੱਚਰਾਂ 'ਤੇ ਲੱਦਿਆ ਹੋਇਆ ਹੈ।...

Meanwhile, Taya, who had been secretly summoned by the queen, had arrived. After inquiring about his well-being, the queen told him, "Nihal Singh-ji, can you please find out how many days it has been since the caravan passing through the town has left its home?"

In a short while, the informer gathered all the details and handed them over to the queen. Taya, too, got there quickly after his inquiry and sought permission from the queen to talk about it.

With her approval, Taya narrated, "Your Royal Highness, there are a total of fifty people in the caravan including twenty women and ten young children. They started from Lahore five days ago and are headed for a pilgrimage to Ajmer Sharif. They are going to pay homage to Khawaja Moinuddin Chishti on the anniversary of his birth, which falls on the second day of *Maagh*, by which time they will arrive there. Ten mules are carrying their luggage...

maagh: eleventh month of the Punjabi year

...ਮੈਂ ਤੁਹਾਡੇ ਵੱਲੋਂ ਕਾਫ਼ਿਲੇ ਦੇ ਆਗੂ ਨੂੰ ਚੜ੍ਹਦੇ ਦਰਵਾਜ਼ੇ ’ਤੇ ਰੁੱਕਣ ਲਈ ਆਖ ਦਿੱਤਾ ਏ, ਤੇ ਨਾਲ਼ ਹੀ ਰਸੋਈਏ ਨੂੰ ਕਹਿ ਕੇ ਉਨ੍ਹਾਂ ਦੇ ਲੰਗਰ-ਪਾਣੀ ਦਾ ਇੰਤਜ਼ਾਮ ਕਰਨ ਨੂੰ ਵੀ ਕਹਿ ਆਇਆ ਹਾਂ। ਜਦ ਤਕ ਕਾਫ਼ਿਲਾ ਚੜ੍ਹਦੇ ਦਰਵਾਜ਼ੇ ਤਕ ਪਹੁੰਚੇਗਾ, ਤਦ ਤਕ ਰਾਹੀਆਂ ਵਾਸਤੇ ਖਾਣੇ ਦਾ ਪ੍ਰਬੰਧ ਹੋ ਜਾਵੇਗਾ। ਸਾਡੀ ਦਿਲਦਾਰ ਰਾਣੀ ਸਾਹਿਬਾ ਜੀ, ਜੇ ਉਨ੍ਹਾਂ ਥੱਕੇ ਰਾਹੀਆਂ ਦੀ ਖ਼ਾਤਿਰਦਾਰੀ ਵਾਸਤੇ ਤੁਸੀਂ ਹੋਰ ਕੁਝ ਕਰਨ ਦਾ ਹੁਕਮ ਕਰੋ, ਤਾਂ ਸਾਡੇ ਕੋਲ਼ ਇਕ ਪਹਿਰ ਦਾ ਸਮਾਂ ਹੈ।”

ਰਾਣੀ ਦੀ ਮੁਸਕੁਰਾਹਟ ਕੰਨੋਂ-ਕੰਨੀਂ ਫੈਲ ਗਈ ਤੇ ਉਹਨੇ ਅਹਿਲਕਾਰਾਂ ਨੂੰ ਕਾਫ਼ਿਲੇ ਦੀ ਢੁੱਕਵੀਂ ਖ਼ਾਤਿਰਦਾਰੀ ਕਰਨ ਦਾ ਕਹਿ ਕੇ ਵਜ਼ੀਰ ਤੇ ਵੱਡੇ ਸਲਾਹਕਾਰ ਵੱਲ ਤੱਕਿਆ।

ਉਹ ਦੋਵੇਂ ਨੀਵੀਂਆਂ ਪਾਈ ਖਲੋਤੇ ਸਨ। ਉਨ੍ਹਾਂ ਦੇ ਮੱਥਿਆਂ ’ਤੇ ਤਰੇਲ਼ੀਆਂ ਛੁੱਟ ਰਹੀਆਂ ਸਨ। ਉਨ੍ਹਾਂ ਨੂੰ ਸਮਝ ਆ ਗਈ ਸੀ ਕਿ ਤਾਇਆ ਤਾਂ ਗੱਲਾਂ-ਗੱਲਾਂ ਵਿਚ ਆਸਮਾਨ ਦੇ ਤਾਰੇ ਤੋੜਦਾ ਏ ਅਤੇ ਰਾਣੀ ਦਰਅਸਲ ਤਾਏ ਦੀ ਹਾਜ਼ਿਰਦਿਮਾਗ਼ੀ ਨਾਲ਼ ਕੀਤੇ ਕੰਮਾਂ ਦੀ ਕਦਰ ਕਰਦੀ ਏ।

...On your behalf, I have asked their leader to stop over at the east gate. I have also asked the chief chef to prepare a generous *langar* for the pilgrims. By the time they reach the east gate, food shall be ready. If our generous queen orders further hospitality to be extended to the tired pilgrims, arrangements can be made. We have three hours' time."

The queen smiled from ear to ear. After ordering her attendants to provide appropriate hospitality, she looked at the minister and the chief advisor.

They both stood in a cold sweat with their heads bowed down in shame. They had realized that Taya Nihala showed his brilliance in every small thing, and the queen, in fact, treated Taya as special because she highly valued his presence of mind in all his actions.

langar: free hot meals made up of bread, lentils and/or vegetable stew

੧੩. ਇਤਫ਼ਾਕ ਦੀ ਬਰਕਤ

ਵੈਸੇ ਤੇ ਜੋ ਕੁਝ ਵੀ ਤਾਏ ਦਾ ਸੀ, ਉਹ ਤਾਈ ਦਾ ਵੀ ਸੀ – ਪਰ ਜਿਹੜੇ ਇਕ ਸੌ ਰੁਪਈਏ ਮੱਝ ਵੱਟੇ ਉਨ੍ਹਾਂ ਦੇ ਘਰ ਆਪ ਚੱਲ ਕੇ ਆਏ ਸੀ, ਉਹ ਤਾਏ ਨੇ ਤਾਈ ਦੇ ਹੱਥ 'ਤੇ ਧਰਦਿਆਂ ਕਿਹਾ, "ਭਲੀਏ ਲੋਕੇ, ਇਹ ਤੇਰੇ ਪਿਆਰ ਤੇ ਹਮਦਰਦੀ ਕਰ ਕੇ ਹੀ ਆਏ ਨੇ, ਤੂੰ ਇਨ੍ਹਾਂ ਦਾ ਜੋ ਜੀਅ ਚਾਹੇ ਕਰ ਲੈ!"

ਤਾਈ-ਤਾਏ ਦੇ ਵੇਲੇ ਇਕ ਸੌ ਰੁਪਈਆਂ ਦਾ ਬਹੁਤ ਮੁੱਲ ਹੁੰਦਾ ਸੀ। ਉਨ੍ਹਾਂ ਦਿਨਾਂ ਵਿਚ ਏਨੇ ਪੈਸਿਆਂ ਦੀ ਚੰਗੀ-ਭਲੀ ਮੱਝ ਆ ਜਾਂਦੀ ਸੀ। ਪਰ ਤਾਈ ਕੋਲ਼ ਤੇ ਰੱਬ ਦਾ ਦਿੱਤਾ ਸਭ ਹੈ ਸੀ। ਤਾਈ ਦੀ ਮਾਂ ਕਹਿੰਦੀ ਹੁੰਦੀ ਸੀ, "ਦੇਹੁਰੇ-ਦੇਹੁਰੀਆਂ ਕਾਈ ਨਾਲ ਵੈਸਿਨ, ਛੋੜ ਵੰਞਣੀਆ ਹਿਨ: ਮਹਿਲ-ਮਾੜੀਆਂ ਬੰਦੇ ਦੇ ਨਾਲ਼ ਨਹੀਂ ਜਾਂਦੀਆਂ, ਸਭ ਏਥੇ ਹੀ ਛੱਡ ਜਾਣਾ ਏ।"

ਇਕ ਸੌ ਰੁਪਈਆਂ ਦਾ ਕੀਤਾ ਕੀ ਜਾਏ, ਤਾਈ ਦੀਆਂ ਸੋਚਾਂ ਦੇ ਘੋੜੇ ਲੱਗੇ ਦੌੜਨ। ਆਖ਼ਿਰ ਚੌਧਰੀ ਦੀ ਦਾਨੀ-ਬੀਨੀ ਧੀ ਜੋ ਸੀ; ਕਹਿਣ ਲੱਗੀ, "ਠੀਕ ਏ, ਇਨ੍ਹਾਂ ਨੂੰ ਜਿੱਥੇ ਵੀ ਖਰਚਾਂਗੀ, ਇਨ੍ਹਾਂ ਦਾ ਪਰਤਾਵਾ ਸੌੜਵਾਂ ਮਿਲ਼ੇਗਾ ਤੇ ਨਾਲ਼ ਹੀ ਕਿਸੇ ਦਾ ਭਲਾ ਵੀ ਹੋਵੇਗਾ।"

ਤਾਈ ਨੂੰ ਇਹ ਗੱਲ ਬੜੀ ਰੜਕਦੀ ਸੀ ਕਿ ਲੋਕੀਂ ਅਪਣੇ ਮੁੰਡਿਆਂ ਤੇ ਕੁੜੀਆਂ ਨੂੰ ਇਕ ਅੱਖ ਨਾਲ਼ ਨਹੀਂ ਸਨ ਵੇਖਦੇ। ਪਿੰਡ ਵਿਚ ਕੁੜੀਆਂ ਲਈ ਕੋਈ ਪਾਠਸ਼ਾਲਾ ਨਹੀਂ ਸੀ। ਪਿੰਡ ਦੀ ਸ਼ਾਮਲਾਟ ਵਿਚ ਚਲਦੀ ਪਾਠਸ਼ਾਲਾ 'ਚ ਮੁੰਡੇ ਹੀ ਪੜ੍ਹਨ ਜਾਂਦੇ ਸਨ। ਘਰ 'ਚ ਵੀ ਲੋਕੀਂ ਕੁੜੀਆਂ ਨੂੰ ਘੱਟ ਹੀ ਪੜ੍ਹਾਉਂਦੇ ਸਨ।

13. The Prosperity of Harmony

Even though whatever belonged to Taya also belonged to Tayee, one day, Taya put the one-hundred rupees that had come to their home in exchange for the buffalo in Tayee's hands. He said, "My dearest, this money is only due to your love and understanding; you spend it as you please."

In the times of Tayee and Taya, one-hundred rupees had a great value. After all, it could be used to buy a healthy buffalo. But by God's grace, Tayee had everything she needed. Her mother had taught her that worldly wealth did not accompany anyone past this life; only good deeds did.

So what should she do with the one-hundred rupees? Her thoughts went wild. After all, she was a wise and benevolent daughter of the respectable chaudhry; she thought, "All right! Wherever I will invest this money, the returns will be great, and the cause will be for the good of the people."

She had always found it unacceptable that people did not treat their daughters equally to their sons. There was not one school in the village for its girls; only boys attended the village school. Very few cared to homeschool their daughters, either.

ਚੌਧਰੀ ਨੇ ਤਾਂ ਅਪਣੀ ਧੀ ਨਿਹਾਲੋ ਨੂੰ ਘਰ ਵਿਚ ਹੀ ਬਹੁਤ ਕੁਝ ਪੜ੍ਹਾ-ਲਿਖਾ ਦਿੱਤਾ ਸੀ, ਪਰ ਅੱਗੇ ਨਿਹਾਲੋ ਦੀ ਧੀ ਜੀਤੋ ਵੱਡੀ ਹੁੰਦੀ ਜਾਂਦੀ ਸੀ ਤੇ ਤਾਈ ਨਿਹਾਲੋ ਚਾਹੁੰਦੀ ਸੀ ਕਿ ਜੀਤੋ ਉਹਦੇ ਤੋਂ ਵੱਧ ਪੜ੍ਹੇ ਤੇ ਸਿੱਖੇ।

ਪਰ ਉਹ ਸਿਰਫ਼ ਜੀਤੋ ਨੂੰ ਹੀ ਨਹੀਂ; ਉਹਦੀ ਹਮਸਾਈ ਤੇ ਪੱਕੀ ਸਹੇਲੀ, ਬਿਸ਼ਨੀ-ਬਿਸ਼ਨੇ ਦੀ ਧੀ ਪ੍ਰੀਤੋ ਨੂੰ, ਤੇ ਸਿਰਫ਼ ਪ੍ਰੀਤੋ ਨੂੰ ਹੀ ਨਹੀਂ; ਪਿੰਡ ਦੀਆਂ ਸਾਰੀਆਂ ਬਾਲੜੀਆਂ ਨੂੰ ਪੜ੍ਹਦੀਆਂ-ਲਿਖਦੀਆਂ, ਹੱਸਦੀਆਂ-ਖੇਡਦੀਆਂ, ਵੱਧਦੀਆਂ-ਫੁੱਲਦੀਆਂ ਵੇਖਣਾ ਚਾਹੁੰਦੀ ਸੀ।

ਉਹ ਇਹ ਗੱਲ ਦਿਲ ਨੂੰ ਲਾਉਂਦੀ ਸੀ ਕਿ ਪਿੰਡ ਦੀਆਂ ਨਿੱਕੀਆਂ-ਨਿੱਕੀਆਂ ਧੀਆਂ-ਧੀਆਣੀਆਂ ਦਿਨ ਡੁੱਬਣ ਤਾਈਂ ਬਸ ਚੌਂਕੇ-ਚੁੱਲ੍ਹੇ, ਗੋਹੇ-ਕੂੜੇ ਤੇ ਡੰਗਰ-ਪੱਠਿਆਂ ਵਿਚ ਉਲਝੀਆਂ ਰਹਿੰਦੀਆਂ ਤੇ ਸ਼ਾਮ ਨੂੰ ਅਪਣੇ ਬਾਪੂ, ਵੀਰਾਂ ਤੇ ਬਜ਼ੁਰਗਾਂ ਦੀ ਟਹਿਲ-ਸੇਵਾ ਵਿਚ। ਕੁਝ-ਕੁ ਪਲ ਅਪਣੀਆਂ ਸਹੇਲੀਆਂ ਨਾਲ਼ ਖੇਡਣ ਨਿਕਲ਼ਦੀਆਂ, ਤਾਂ ਘਰ-ਦਿਆਂ ਦੀਆਂ ਹਾਕਾਂ ਪਿੰਡ ਸਿਰ 'ਤੇ ਚੁੱਕ ਲੈਂਦੀਆਂ:

"ਨੀ ਛਿੰਦੋ! ਅੱਤ ਕਰ ਛੋੜੀ ਏ, ਤੇਰਾ ਵੀਰ ਪੜ੍ਹਨੋਂ ਆ ਕੇ ਭੁੱਖਾ ਬੈਠਿਆ ਏ ਤੇ ਤੂੰ! ਤੈਨੂੰ ਗੀਟਿਆਂ ਤੋਂ ਵਿਹਲ ਨਹੀਂ! ਘਰ ਛੇਤੀ ਆ ਤੇ ਆ ਕੇ ਵੀਰੇ ਨੂੰ ਰੋਟੀ ਖਵਾ।"

ਜਾਂ

"ਨੀ ਅੰਬੋ! ਵਧ ਕੇ ਸਰੂ ਜਿੱਡੀ ਹੋ ਚੱਲੀ ਏਂ ਤੇ ਅਕਲ ਤੈਨੂੰ ਕੌਡੀ ਦੀ ਨਹੀਂ ਆਈ! ਸਾਰਾ ਦਿਨ ਵਿਹਲੀਆਂ ਸਹੇਲੀਆਂ ਨਾਲ਼ ਟੱਪਦੀ ਰਹਿੰਦੀ ਏਂ।"

Back in the day, the chaudhry had educated his daughter, Nihalo, quite adequately at home; but now Nihalo's daughter, Jeeto, was growing up, and Tayee Nihalo wished for Jeeto to be more educated and skilled than she was.

This wish of hers was not only for Jeeto, but also for Jeeto's best friend and their neighbors, Bishna's and Bishni's daughter, Preeto. In fact, she wanted all the little girls in the village to have a beautiful childhood full of reading and writing, laughter and play, learning and thriving.

It bothered her that even the youngest village girls spent all day long helping with chores such as cooking, feeding, and cleaning after the cattle, and their evenings were spent serving fathers, brothers, or the elderly. When they sneaked some time to play with their friends, voices summoning them back home would rattle the village:

"Shindo, you have crossed limits; your brother is back from school, hungry, and you don't seem to care for anything but playing! Come quickly and serve him the meals."

Or

"Ambo, you have become as tall as a Cyprus tree, but aren't you a bit senseless? You keep running and jumping around with idle, good-for-nothing friends all day long."

ਨਿਹਾਲੋ ਇਹ ਸਭ ਵੇਖ-ਸੁਣ ਕੇ ਬਹੁਤ ਕਲ਼ਪਦੀ-ਕੁੜ੍ਹਦੀ। ਉਹਦੇ ਅਪਣੇ ਮਾਤਾ-ਪਿਤਾ ਨੇ ਉਹਨੂੰ ਕਦੇ ਮੁੰਡਿਆਂ ਤੋਂ ਘੱਟ ਨਹੀਂ ਸੀ ਜਾਣਿਆ – ਸਗੋਂ ਵਾਧੂ ਲਾਡ-ਪਿਆਰ ਕੀਤਾ ਸੀ। ਤੇ ਕਦੇ-ਕਦੇ ਇਨ੍ਹਾਂ ਕੁੜੀਆਂ ਨਾਲ਼ ਨਿਹਾਲੋ ਆਪ ਵੀ ਤਾਂ ਨੱਚ-ਟੱਪ ਲੈਂਦੀ ਸੀ।

ਇਹਨੇ ਅਪਣੇ ਦਿਲ ਦੀ ਗੱਲ ਨਿਹਾਲ ਸਿੰਘ ਨੂੰ ਦੱਸੀ। ਨਿਹਾਲ ਸਿੰਘ ਉਸ ਰਾਤ ਖ਼ੁਸ਼ੀ ਦੇ ਮਾਰੇ ਸੌਂ ਹੀ ਨਾ ਸਕਿਆ ਅਤੇ ਨਿਹਾਲੋ ਦੇ ਨਾਲ਼ ਨਵੀਂ ਸਵੇਰ ਦੇ ਸੁਪਨੇ ਲੈਂਦਾ ਰਿਹਾ।

ਸਵੇਰੇ ਉੱਠ ਕੇ ਦੋਹਵਾਂ ਨੇ ਇਹ ਗੱਲ ਬਿਸ਼ਨੇ ਤੇ ਬਿਸ਼ਨੀ ਨਾਲ਼ ਸਾਂਝੀ ਕੀਤੀ, ਜੋ ਪਹਿਲਾਂ ਹੀ ਅਪਣੇ ਪੁੱਤਰਾਂ ਤੇ ਧੀਆਂ ਦਾ ਵਿਤਕਰਾ ਨਹੀਂ ਸੀ ਕਰਦੇ। ਹਮਸਾਏ, ਮਾਂ-ਪਿਉ ਜਾਏ: ਖਿਣ ਵਿਚ ਹੀ, ਉਹ ਦੋ ਤੋਂ ਚਾਰ ਹੋ ਗਏ ਤੇ ਮਿਲ਼ ਕੇ ਚੱਲ ਪਏ ਸਰਪੰਚ ਨੂੰ ਮਨਾਉਣ। ਸਰਪੰਚਣੀ ਦਾ ਭਰਾ ਰਾਣੀ ਦਾ ਅਹਿਲਕਾਰ ਜੋ ਲੱਗਿਆ ਹੋਇਆ ਸੀ; ਉਹ ਰਾਣੀ ਦੇ ਜਾਰੀ ਕੀਤੇ ਫ਼ਰਮਾਨ ਤੋਂ ਜਾਣੂ ਸੀ – ਕਿ ਹਰ ਪਿੰਡ ਵਿਚ ਕੁੜੀਆਂ ਨੂੰ ਮੁੰਡਿਆਂ ਦੇ ਬਰਾਬਰ ਤਾਲੀਮ ਦਿੱਤੀ ਜਾਵੇ।

ਪੰਚਾਇਤ ਸੱਦੀ ਗਈ। ਮਤਾ ਪੱਕ ਗਿਆ।

ਜਮਾਤ ਕਰਾਮਾਤ: ਸਰਪੰਚ ਤੇ ਸਰਪੰਚਣੀ ਨੇ ਅਪਣਾ ਵਿਹੜਾ ਇਸ ਨੇਕ ਕੰਮ ਲਈ ਹਾਜ਼ਿਰ ਕੀਤਾ। ਸਰਪੰਚਣੀ ਨੇ ਪੰਜਾਬੀ ਪੜ੍ਹਾਉਣ ਦਾ ਬੀੜਾ ਚੁੱਕਿਆ ਤੇ ਨਿਹਾਲੋ ਨੇ ਹਿਸਾਬ ਦਾ। ਬਿਸ਼ਨੇ ਤੇ ਬਿਸ਼ਨੀ ਨੇ ਬੱਚੀਆਂ ਨੂੰ ਕਲਾ ਤੇ ਹੱਥ-ਕਿਰਤਾਂ ਸਿਖਾਉਣ ਦੀ ਜ਼ਿੰਮੇਵਾਰੀ ਲਈ। ਬਿਸ਼ਨੇ ਦੀ ਬੁਣਾਈ ਦੀ ਧੁੰਮਾਂ ਚਹੁੰ-ਕੂਟੀਂ ਪਈਆਂ ਹੋਈਆਂ ਸਨ ਤੇ ਬਿਸ਼ਨੀ ਵੀ ਸ਼ਿਲਪ ਕਲਾ ਵਿਚ ਮਾਹਿਰ ਸੀ।

This treatment annoyed and disturbed Nihalo very much. Her parents never treated her differently than boys; in fact, they nurtured and pampered her even more. And sometimes, she was the one playing and having fun with the little girls of the village when they were admonished.

She poured her heart out to Nihal Singh and told him of her dream. He couldn't wait for the new dawn. He and his beloved Nihalo kept thinking about the golden plan she had imagined, all night long.

The first thing they did in the morning was to share her idea with Bishna and Bishni, who also treated their girls fairly. In an instant, they were a team of four and they proceeded to talk to the *sarpanch*. The *sarpanchani's* brother worked in the queen's court, and thus she was already familiar with the queen's declaration that every village should strive to educate their girls the same as their boys.

The *panchayat* was called, and the resolution was passed.

The sarpanch and sarpanchni offered their large courtyard for this benevolent task. The sarpanchni offered to teach the Punjabi language and Nihalo, mathematics. Bishna and Bishni took on the onus of teaching art and traditional handicrafts. After all, Bishna was the master weaver of the village, and Bishni was known for her craftsmanship.

sarpanch: head of the village council
sarpanchani: sarpanch's wife or a female sarpanch
panchayat: village council of five electives

ਪਿੰਡ ਵਾਲ਼ਿਆਂ ਨੇ ਜੋ ਥੋੜ੍ਹਾ-ਬਹੁਤਾ ਸਰਿਆ ਆਪੋ-ਆਪਣਾ ਹਿੱਸਾ, ਇਕ ਸੌ ਰੁਪਿਆਂ ਨਾਲ਼ ਸ਼ੁਰੂ ਹੋਈ ਪਾਠਸ਼ਾਲਾ ਦੀ ਗੋਲਕ 'ਚ ਪਾ ਦਿੱਤਾ। ਬੱਚੀਆਂ ਲਈ ਨਵੀਂਆਂ ਫੱਟੀਆਂ, ਗਾਚੀ, ਸਿਆਹੀ ਤੇ ਕਲਮਾਂ ਆ ਗਈਆਂ। ਲੋੜੀਂਦੇ ਮੰਜੇ, ਦਰੀਆਂ, ਪਾਣੀ ਲਈ ਝੱਜਰੀਆਂ ਤੇ ਛੰਨੇ ਆ ਗਏ। ਖਾਣ ਨੂੰ ਗੁੜ ਛੋਲਿਆਂ ਤੇ ਗਿਰੀਆਂ ਨਾਲ਼ ਡੱਬੇ ਭਰ ਦਿੱਤੇ ਗਏ। ਬਿਸ਼ਨੀ ਨੇ ਗੁੱਡੀਆਂ-ਪਟੋਲਿਆਂ ਨਾਲ਼ ਜਮਾਤਖ਼ਾਨਾ ਸਜਾ ਦਿੱਤਾ। ਵਿਹੜੇ ਦੀਆਂ ਕੰਧਾਂ 'ਤੇ ਪੈਂਤੀ ਦੇ ਅੱਖਰ ਤੇ ਅੰਕੜੇ ਚਿਤਰ ਦਿੱਤੇ।

ਚੇਤ ਦੀ ਸੰਗਰਾਂਦ ਨੂੰ ਪੰਝੀ ਕੁੜੀਆਂ ਦੇ ਨਾਲ਼ ਸਰਪੰਚ-ਸਰਪੰਚਣੀ ਦੇ ਸੱਖਣੇ ਵਿਹੜੇ ਵਿਚ ਰੌਣਕ-ਮੇਲਾ ਲੱਗ ਗਿਆ। ਉਨ੍ਹਾਂ ਦੇ ਆਪਣੀ ਕੋਈ ਔਲਾਦ ਨਹੀਂ ਸੀ, ਤਾਂ ਵੀ ਉਹ ਸਾਰੀਆਂ ਕੁੜੀਆਂ ਨੂੰ ਆਪਣੀਆਂ ਧੀਆਂ ਤੋਂ ਵੱਧ ਸਮਝਦੇ।

ਬੇਬੇ ਤਾਰੋ ਨੇ ਨਿਹਾਲੇ ਦੇ ਨਾਲ਼-ਨਾਲ਼ ਆਪਣੇ ਖੇਤ ਵੀ ਪਾਲ਼ੇ ਸਨ। ਇਹਨੇ ਬੱਚੀਆਂ ਨੂੰ ਨਾਲ਼ ਲੈ ਕੇ ਬਗ਼ੀਚੀ ਲਾਉਣੀ ਸ਼ੁਰੂ ਕਰ ਦਿੱਤੀ, ਤਾਂ ਜੁ ਉਨ੍ਹਾਂ ਨੂੰ ਸਬਜ਼ੀਆਂ-ਬੂਟੀਆਂ ਲਾਉਣ ਦਾ ਤੇ ਅਚਾਰ, ਮੁਰੱਬੇ ਪਾਉਣ ਦਾ ਵੱਲ ਆਵੇ।

ਪਿੰਡ ਦੇ ਮਿਰਾਸੀ ਬਾਬੇ ਕਰਮੇ ਨੇ ਲੱਖੇ ਤਰਖਾਣ ਤੋਂ ਤੂੰਬੀਆਂ ਤੇ ਢੱਡਾਂ ਘੜਵਾ ਲਈਆਂ। ਉਹ ਬੱਚੀਆਂ ਨੂੰ ਸੰਗੀਤ ਦੀ ਤਾਲੀਮ ਦੇ ਨਾਲ਼-ਨਾਲ਼ ਜੁਗਤਾਂ ਤੇ ਕਿੱਸੇ ਸੁਣਾ-ਸੁਣਾ ਹਸਾਉਂਦਾ; ਹਸਾ-ਹਸਾ ਢਿੱਡੀਂ ਪੀੜਾਂ ਪਾ ਦਿੰਦਾ। ਤਾਈ ਕੁੜੀਆਂ ਨੂੰ ਖ਼ੁਸ਼ ਵੇਖ ਕੇ ਖ਼ੁਸ਼ ਹੁੰਦੀ।

The village contributed to the cause. People added whatever they could to the coffers that had started with Nihalo's one-hundred rupees. New wooden writing boards, mud plaster, ink, and pens were bought. Cots, bedspreads, water pitchers, and bowls came, too. The canisters were filled with roasted chickpeas, nuts, and cane sugar lumps. Bishni decorated the classroom with colorful rag dolls and embellished the walls with numbers and the letters of the Punjabi alphabet.

On the first of *Cheyt*, the empty courtyard of sarpanch and sarpanchni came alive with the presence of the twenty-five joyous girls. Even though they did not have any children, they came to love the schoolgirls as their own.

Bebe Taro, who had cultivated her fields along with raising Nihala, started a kitchen garden with the girls so they could learn to grow their own herbs and vegetables and the ways to preserve them in pickles and marmalades.

The village bard, Baba Karma, requested Lakkha, the carpenter, to make several *toombis* and *dhadds* for the class. Along with music and singing lessons, when he would tell the girls stories full of quips, they laughed until it hurt. Tayee derived immense joy from seeing the girls get a new life.

cheyt: first month of the Punjabi calendar
toombi/tumbi: a single-string folk instrument native to Punjab
dhadd: a small hourglass shaped percussion instrument native to Punjab

ਭੋਲ਼ਾ ਘੁਮਿਆਰ ਹਫ਼ਤੇ ਦੇ ਇਕ-ਦੋ ਦਿਨ ਕੁੜੀਆਂ ਨੂੰ ਸੱਦ ਲੈਂਦਾ ਤੇ ਉਨ੍ਹਾਂ ਨੂੰ ਮਿੱਟੀ ਦੇ ਖਿਡੌਣੇ, ਭਾਂਡੇ ਤੇ ਸੁਹਣੇ ਨਮੂਨੇ ਘੜਨਾ ਸਿਖਾਉਂਦਾ। ਜਦ ਬਲ਼ਦੇ ਆਵੇ ਵਿਚ ਭਾਂਡੇ ਪੱਕ ਜਾਂਦੇ, ਤਾਂ ਬਿਸ਼ਨੀ ਤੇ ਕੁੜੀਆਂ ਉਨ੍ਹਾਂ 'ਤੇ ਫੁੱਲ-ਪੱਤੀਆਂ ਤੇ ਪੰਛੀ-ਜਨੌਰ ਚਿਤਰ ਦਿੰਦੀਆਂ।

ਨਵੀਂ ਖੱਡੀ ਵੀ ਬਣ ਗਈ ਸੀ। ਬਿਸ਼ਨਾ ਕੁੜੀਆਂ ਨੂੰ ਖੱਦਰ, ਦਰੀਆਂ ਤੇ ਖੇਸੀਆਂ ਬੁਣਨੀਆਂ ਸਿਖਾਉਣ ਲੱਗਾ। ਬਿਸ਼ਨੀ ਨੇ ਫੁਲਕਾਰੀ ਤੇ ਬਾਗ਼ ਦੀ ਕਢਾਈ ਸਿਖਾਈ। ਵਾਣ ਦੇ ਮੰਜੇ ਤੇ ਪੀੜ੍ਹੀਆਂ; ਮੁੰਜ, ਸਣ, ਕਾਨਿਆਂ ਤੇ ਬਾਂਸ ਨੂੰ ਰੰਗ ਕੇ ਟੋਕਰੀਆਂ, ਮੂੜ੍ਹੇ, ਛਿੱਕੂ, ਤੇ ਚੰਗੇਰਾਂ ਬਣਾਉਣੀਆਂ ਸਿਖਾਈਆਂ। ਪਾਠਸ਼ਾਲਾ ਕਲਾ ਦਾ ਮੰਦਿਰ ਜਾਪਣ ਲੱਗੀ।

ਖੇਡਾਂ-ਮੱਲਾਂ ਵਿਚ ਤਾਏ ਦਾ ਸਿੱਕਾ ਜੰਮਿਆ ਹੋਇਆ ਸੀ, ਉਹ ਕਿਵੇਂ ਪਿੱਛੇ ਰਹਿੰਦਾ? ਕੁੜੀਆਂ ਨੂੰ ਗੁੱਲੀ ਡੰਡੇ ਤੋਂ ਲੈ ਕੇ ਕਬੱਡੀ ਤੀਕਣ ਖੇਡਣ ਲਾ ਦਿੱਤਾ।

ਤਾਈ ਦੀ ਅਗਵਾਈ ਵਿਚ ਕੁੜੀਆਂ ਦੀ ਟੋਲੀ ਹਰ ਹਫ਼ਤੇ ਉਨ੍ਹਾਂ ਘਰਾਂ ਅੱਗੇ ਜਾ ਕੇ ਗੀਤ ਗਾ ਕੇ ਗੁਹਾਰ ਲਾਉਂਦੀਆਂ, ਜਿਨ੍ਹਾਂ ਅਪਣੀਆਂ ਧੀਆਂ ਨੂੰ ਹਾਲੇ ਪੜ੍ਹਨੇ ਨਹੀਂ ਸੀ ਪਾਇਆ।

ਇਸ ਹੀ ਵਰ੍ਹੇ ਪਾਠਸ਼ਾਲਾ ਦੀ ਹਾਜ਼ਿਰੀ ਵੱਧ ਕੇ ਦੁੱਗਣੀ ਹੋ ਗਈ ਤੇ ਗੋਲਕ ਖ਼ਾਲੀ।

Once or twice a week, Bhola, the potter, invited the girls to his kiln and taught them to make clay toys, pots, and beautiful sculptures. When the items were baked, Bishni and the girls would decorate them in traditional floral, bird, and animal patterns.

A new loom was built with money from the school's coffer. Bishna taught the girls to weave *khaddarr* fabric, rugs, and shawls. Bishni taught them to embroider the traditional *phulkari* and *bagh*. She taught them how to make cots and sitting stools made of *sunn*; chairs, bread-baskets and fruit-baskets from colored sweet cane grass, jute, reeds, and bamboo sticks. The school started to look like a temple of art and beauty.

Taya, being a renowned sportsman of the village, couldn't resist pitching in. He urged the girls to excel at all sports, from *gullee danda* to *kabaddi*.

Led by Tayee, girls would go on weekly excursions singing songs to plead with the families who had not yet consented to letting their girls go to school.

The school's enrollment doubled in the same year, and the coffers were now empty.

khaddarr: hand-spun cotton
phulkari and bagh: floral and garden patterns embroidered on traditional fabrics
sunn: hemp ropes
gullee danda: a game played in open spaces with wooden sticks
kabaddi: a native team sport of Punjab that incorporates wrestling

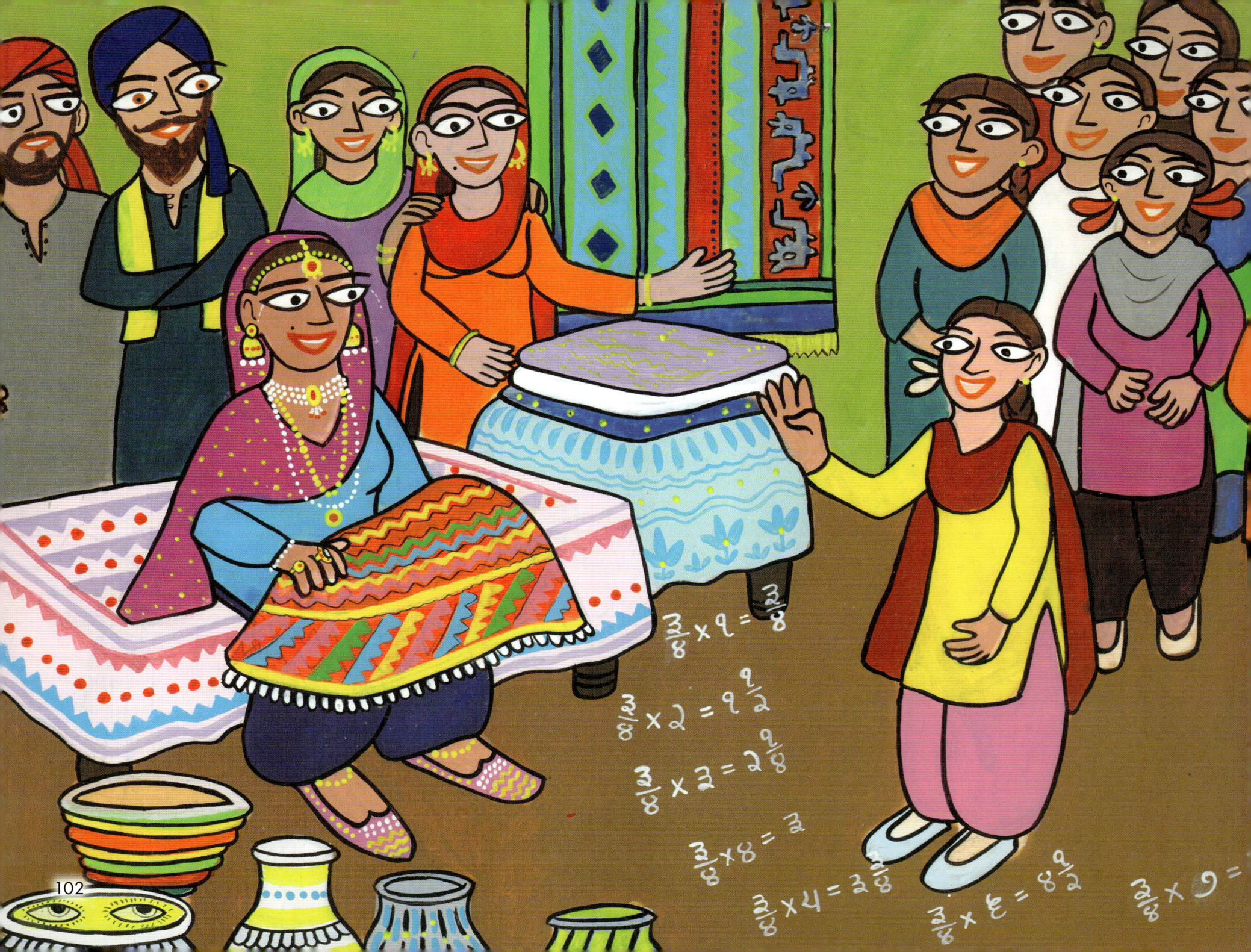

੩/੪ × ੧ = ੩/੪
੩/੪ × ੨ = ੧ ੧/੨
੩/੪ × ੩ = ੨ ੧/੪
੩/੪ × ੪ = ੩
੩/੪ × ੫ = ੩ ੩/੪
੩/੪ × ੬ = ੪ ੧/੨
੩/੪ × ੭ =

ਤਾਈ ਜੋ ਠਹਿਰੀ ਚੌਧਰੀਆਂ ਦੀ ਧੀ। ਤਾਏ ਨੂੰ ਕਹਿ ਕੇ ਰਾਣੀ ਨੂੰ ਪਾਠਸ਼ਾਲਾ ਦਾ ਦੌਰਾ ਕਰਨ ਲਈ ਸੱਦਿਆ।

ਰਾਣੀ ਨੇ ਬੱਚੀਆਂ ਦੀਆਂ ਹੱਥ-ਕਿਰਤਾਂ ਵੇਖੀਆਂ ਤੇ ਉਹਦੀਆਂ ਅੱਖਾਂ ਅੱਡੀਆਂ ਹੀ ਰਹੀ ਗਈਆਂ। ਮਿੱਟੀ ਦੀਆਂ ਸੁਹਣੀਆਂ ਸ਼ੈਆਂ ਨੂੰ ਉਹ ਕਿੰਨਾ ਚਿਰ ਹੱਥਾਂ 'ਚ ਲੈ ਕੇ ਸਲਾਹੁੰਦੀ ਰਹੀ। ਕਿੱਸੇ ਤੇ ਸੁਰੀਲੇ ਗਾਵਣ ਅੱਖਾਂ ਮੁੰਦ ਕੇ ਸੁਣਦੀ ਰਹੀ। ਕੁੜੀਆਂ ਨੇ ਵੀਹ ਤੀਕਣ ਪਹਾੜੇ – ਸਣੇ ਚੌਪੇ, ਅੱਧੇ, ਪੌਣੇ, ਸਵਾਏ, ਡੇਢੇ ਤੇ ਢਾਈਏ ਦੇ; ਲਿਖ ਕੇ, ਗਾ ਕੇ ਵਖਾਏ। ਰਾਣੀ ਅਸ਼-ਅਸ਼ ਕਰ ਉੱਠੀ।

ਉਹਦੇ ਬੁੱਲ੍ਹਾਂ 'ਤੇ ਮੁਸਕਾਨ ਖਿੜ ਗਈ ਤੇ ਮਾਣ ਨਾਲ਼ ਸਿਰ ਉੱਚਾ ਹੋ ਗਿਆ। ਰਾਣੀ ਨੇ ਸਾਰੀਆਂ ਹੱਥ-ਕਿਰਤਾਂ ਖ਼ਰੀਦ ਕੇ ਤੇ ਹੋਰ ਕਿਰਤਾਂ ਦਾ ਮੁੱਲ ਅਗੇਤਰਾ ਚੁਕਾ ਕੇ ਪੂਰੀ ਗੋਲਕ ਭਰ ਦਿੱਤੀ। ਉਨ੍ਹਾਂ ਹੱਥ-ਕਿਰਤਾਂ ਨੂੰ ਉਸ ਅਪਣੇ ਮਹਿਲ ਵਿਚ ਸਜਾਉਣਾ ਸੀ ਤੇ ਦੂਰ ਦੇਸਾਂ ਤੋਂ ਆਏ ਮਹਿਮਾਨਾਂ ਨੂੰ ਤੋਹਫ਼ੇ ਵਜੋਂ ਦੇਣਾ ਸੀ।

ਤਾਈ ਤੇ ਉਹਦੀ ਦੂਰਅੰਦੇਸ਼ੀ ਸਦਕੇ ਇਕ ਸੌ ਰੁਪਏ ਦੂਣ-ਸਵਾਏ ਹੋ ਕੇ ਮੁੜ ਚੁੱਕੇ ਸਨ। ਤਾਏ-ਤਾਈ ਦੇ ਇਤਫ਼ਾਕ ਦੀ ਬਰਕਤ ਨੇ ਪਿੰਡ ਕੋਟਫਤੂਹੀ ਨੂੰ ਕਦੇ ਨਾ ਫਿੱਕੀ ਪੈਣ ਵਾਲ਼ੀ ਵਿਦਿਆ ਦੀ ਰੰਗਤ ਵਿਚ ਰੰਗ ਦਿੱਤਾ ਸੀ।

But Tayee was, afterall, daughter of a chaudhry. She asked Taya to invite the queen to visit the school.

When the queen saw the handicrafts created by the girls, her eyes opened wide in wonder. She stood there holding and caressing the gorgeous clay sculptures for quite a while. Eyes closed, she immersed herself in melody as the girls sang *quissas* and songs. When they wrote and recited the math tables until the count of twenty, including the ones with a quarter, half, three-fourths, one-and-a-fourth, one-and-a-half, and two-and-a-half, the queen burst into applause.

A smile played on her lips, and her head lifted higher in admiration and pride. She paid a handsome amount for all the handicrafts, made an advance on the subsequent batch, and filled the empty coffers. She would use the handicrafts to embellish her palace and as gifts to guests from faraway places.

Due to Tayee's farsightedness, the one-hundred rupees had multiplied manifold. The prosperity resulting from the amity between Tayee and Taya had given the never-ending gift of education to the village of Kot-Phatoohi.

quissa: traditional ballad sung to a folk music form

ਮੁਹਾਵਰੇ ਤੇ ਅਖਾਣ

ਸਮੇਂ ਦੇ ਨਾਲ਼-ਨਾਲ਼ ਹਰ ਬੋਲੀ ਨੂੰ ਵਰਤਣ ਵਾਲ਼ੇ ਲੋਕ ਉਹਦੇ ਸ਼ਬਦਾਂ ਤੇ ਵਾਕਾਂ ਵਿਚ ਨਵੇਂ ਅਰਥ ਭਰਦੇ ਤੇ ਕੱਢਦੇ ਰਹਿੰਦੇ ਹਨ, ਤਾਂ ਜੁ ਕਿਸੇ ਡੂੰਘੀ ਗੱਲ ਨੂੰ ਥੋੜ੍ਹੇ ਜਿਹੇ ਸ਼ਬਦਾਂ ਵਿਚ ਸਮਝਾ ਦਿੱਤਾ ਜਾਵੇ; ਇਹੋ ਜਿਹੇ ਵਾਕਾਂ ਨੂੰ ਮੁਹਾਵਰੇ ਤੇ ਅਖਾਣ ਕਿਹਾ ਜਾਂਦਾ ਏ। ਬੋਲੀ ਜਿੰਨੀ ਅਮੀਰ ਹੁੰਦੀ ਏ, ਉਹਦੇ ਵਿਚ ਓਨੇ ਹੀ ਵੱਧ ਮੁਹਾਵਰੇ ਤੇ ਅਖਾਣ ਹੁੰਦੇ ਹਨ; ਜਿਨ੍ਹਾਂ ਦੀ ਵਰਤੋਂ ਬੋਲੀ ਵਿਚ ਸੁਆਦ, ਭਾਵ ਤੇ ਜ਼ੋਰ ਪੈਦਾ ਕਰਦੀ ਏ।

ਮੁਹਾਵਰਾ ਇਹੋ ਜਿਹਾ ਉਪਵਾਕ ਹੁੰਦਾ ਏ, ਜਿਹਦਾ ਅਰਥ ਕੁਲ ਸ਼ਬਦਾਂ ਦੇ ਮੂਲ ਅਰਥ ਨੂੰ ਡੂੰਘਿਆਂ ਕਰਦਾ ਹੈ। ਮੁਹਾਵਰੇ ਦੀ ਤਾਸੀਰ ਕੋਈ ਕਿਰਿਆ ਹੁੰਦੀ ਏ, ਜਿਸ ਦੁਆਲੇ ਸ਼ਬਦ ਜੁੜ ਕੇ ਹੋ ਰਹੀ ਗੱਲ ਨੂੰ ਸੰਕੇਤਕ ਭਾਵ ਦਿੰਦੇ ਹਨ। ਮਿਸਾਲ: ਮੈਂ ਅਪਣੀ ਮਾਂ-ਬੋਲੀ ਨਾਲ਼ ਪਿਆਰ ਕਰਨ ਵਾਲ਼ੇ ਬੱਚਿਆਂ ਨੂੰ 'ਅੱਖਾਂ 'ਤੇ ਬਿਠਾਉਂਦੀ ਹਾਂ'। ਇਥੇ ਅੱਖਾਂ 'ਤੇ ਬਿਠਾਉਣਾ - ਮੁਹਾਵਰਾ ਹੈ (ਕਿਰਿਆ - ਬਿਠਾਉਣਾ)। ਇਹਦਾ ਸੰਕੇਤਕ ਅਰਥ ਹੈ: ਸਤਿਕਾਰ ਕਰਨਾ, ਜੋ ਕਿ ਸ਼ਾਬਦਿਕ ਅਰਥ ਤੋਂ ਵੱਖਰਾ ਹੈ, ਕਿਉਂਕਿ ਵੈਸੇ ਅੱਖਾਂ ਉੱਤੇ ਕਿਸੇ ਨੂੰ ਬਿਠਾਇਆ ਨਹੀਂ ਜਾਇਆ ਜਾ ਸਕਦਾ।

ਅਖਾਣ ਲੋਕ-ਤਜਰਬੇ ਦਾ ਨਿਚੋੜ ਹੁੰਦਾ ਹੈ ਤੇ ਅਪਣੇ-ਆਪ ਵਿਚ ਸੰਪੂਰਣ ਵਾਕ ਵੀ। ਇਹਦੀ ਵਾਕ-ਬਣਤਰ ਵਿਚ ਕੋਈ ਹੇਰ-ਫੇਰ ਨਹੀਂ ਕੀਤਾ ਜਾ ਸਕਦਾ। ਸਗੋਂ ਅਪਣੀ ਗੱਲ ਸਮਝਾਉਣ ਲਈ ਪੂਰਾ ਫ਼ਿਕਰਾ ਇੰਨ-ਬਿੰਨ ਵਰਤਿਆ ਜਾਂਦਾ ਏ। ਮਿਸਾਲ: ਵਲੈਤੋਂ ਉਚੇਰੀ ਪੜ੍ਹਾਈ ਕਰਕੇ ਪਿੰਡ ਪਰਤੀ ਮੀਤਾ ਨੂੰ ਜਦ ਸਰਕਾਰੀ ਸਕੂਲ ਵਿਚ ਕੱਚੀ-ਪੱਕੀ ਪੜ੍ਹਾਉਣ ਦੀ ਨੌਕਰੀ ਮਿਲ਼ੀ, ਤਾਂ ਉਹਨੇ 'ਉਜੜੇ ਪਿੰਡ ਭੜੋਲਾ ਮਹਿਲ' ਕਹਿ ਖਿੜੇ-ਮੱਥੇ ਪਰਵਾਨ ਕੀਤੀ। ਇਥੇ 'ਉਜੜੇ ਪਿੰਡ ਭੜੋਲਾ ਮਹਿਲ' ਅਖਾਣ ਏ। ਇਹਦਾ ਅਰਥ ਏ: ਕਿਸੇ ਥਾਂ ਕੋਈ ਚੰਗੀ ਚੀਜ਼ ਨਾ ਲੱਭੇ, ਤਾਂ ਮਾੜੀ-ਮੋਟੀ ਸ਼ੈਅ ਦੀ ਹੀ ਕਦਰ ਪੈ ਜਾਂਦੀ ਹੈ।

ਇਸ ਕਿਤਾਬ ਵਿਚ ਪੰਜਾਬੀ ਬੋਲੀ ਦੇ ਤਕਰੀਬਨ ੨੦੦ ਮੁਹਾਵਰੇ ਤੇ ਅਖਾਣਾਂ ਦੀ ਵਰਤੋਂ ਹੋਈ ਏ। ਇਨ੍ਹਾਂ ਦੇ ਸਫ਼ਾ-ਅੰਕ ਤੇ ਭਾਵ-ਅਰਥ ਹੇਠਾਂ ਦੱਸੇ ਗਏ ਹਨ।

੭

- ਘੁਸਮੁਸਾ ਹੋਣਾ - ਦਿਨ ਦਾ ਰਾਤ ਜਾਂ ਰਾਤ ਦਾ ਦਿਨ ਵਿਚ ਬਦਲਣਾ
- {ਅਖਾਣ} ਪਿੱਛਿਓਂ ਹਾਥੀ ਲੰਘ ਜਾਏ ਪਰ ਅੱਗਿਓਂ ਕੀੜੀ ਵੀ ਨਾ ਲੰਘੇ - ਕੰਜੂਸੀ ਕਰ ਕੇ ਅਪਣਾ ਵੱਡਾ ਨੁਕਸਾਨ ਕਰਵਾ ਲੈਣਾ
- ਕੱਚੀਆਂ ਗੋਲ਼ੀਆਂ ਖੇਡਣਾ - ਅਨਾੜੀ ਜਾਂ ਨਾਤਜਰਬੇਕਾਰ ਹੋਣਾ
- ਢਿੱਡ ਵਿਚ ਚੂਹੇ ਨੱਚਣੇ - ਬਹੁਤ ਭੁੱਖ ਲੱਗਣੀ
- ਫੁਰਨਾ ਫੁਰਨਾ - ਉਪਾਅ ਸੁਝਣਾ
- ਬਾਂਹ ਫੜਨਾ - ਸਹਾਰਾ ਦੇਣਾ "ਕਹੁ ਨਾਨਕ ਪ੍ਰਭ ਹੋਤ ਦਇਆਰਾ ਗੁਰੁ ਭੇਟੈ ਕਾਢੈ ਬਾਹ ਫਰੇ" (ਪੰਨਾ: ੮੨੩)

੯

- ਸਿਰ ਪੈਰ ਨਾ ਹੋਣਾ - ਗੱਲ ਵਿਚ ਸੱਚਾਈ ਨਾ ਹੋਣੀ; ਗੱਲ ਦੀ ਸਮਝ ਨਾ ਲੱਗਣੀ
- ਦੰਮ ਲੱਗਣਾ - ਪੈਸੇ ਖ਼ਰਚ ਹੋਣੇ
- ਗੱਲ ਬਣ ਜਾਣੀ - ਕੰਮ ਸਰ ਜਾਣਾ

੧੧

- ਹਾਮੀ ਭਰਨਾ – ਪ੍ਰੋੜ੍ਹਤਾ ਕਰਨਾ; ਸਹਿਮਤੀ ਜ਼ਾਹਿਰ ਕਰਨੀ
- ਮੁਸਕੜੀਏ ਹੱਸਣਾ – ਖੁੱਲ੍ਹ ਕੇ ਨਾ ਹੱਸਣਾ

੧੩

- ਹੱਥਾਂ-ਪੈਰਾਂ ਦੀ ਪੈਣਾ – ਮੁਸੀਬਤ ਦੇ ਕਾਰਨ ਘਾਬਰ ਜਾਣਾ
- ਖੌ ਖਾਣਾ – ਬਹੁਤ ਡਰ ਆਉਣਾ
- ਆਵਾ ਊਤਿਆ ਹੋਣਾ – ਸਾਰੇ ਟੱਬਰ ਜਾਂ ਟੋਲੀ ਦਾ ਨਾਲਾਇਕ ਹੋਣਾ
- ਡੱਕਾ/ ਕੱਖ ਭੰਨ ਕੇ ਦੂਹਰਾ ਨਾ ਕਰਨਾ – ਕੋਈ ਵੀ ਕੰਮ ਨਾ ਕਰਨਾ
- {ਅਖਾਣ} ਘਰ ਵਸਦਿਆਂ ਦੇ ਸਾਕ ਮਿਲ਼ਦਿਆਂ ਦੇ ਤੇ ਖੇਤ ਵਾਹੁੰਦਿਆਂ ਦੇ – ਜੇ ਘਰਾਂ ਵਿਚ ਵਸਿਆ ਨਾ ਜਾਵੇ, ਤਾਂ ਘਰ ਉਜੜ ਜਾਂਦੇ ਹਨ, ਜੇ ਆਪਸ ਵਿਚ ਮਿਲ਼ਦੇ ਰਹੀਏ, ਤਾਂ ਹੀ ਸਕੀਰੀ ਕਾਇਮ ਰਹਿੰਦੀ ਏ, ਜੇ ਖੇਤ ਆਪੇ ਨਾ ਵਾਹੇ ਜਾਣ ਤਾਂ ਤੱਪੜ (ਉਜਾੜ) ਬਣ ਜਾਂਦੇ ਹਨ
- ਇੱਟ ਕੁੱਤੇ ਦਾ ਵੈਰ – ਬਹੁਤ ਡੂੰਘੀ ਦੁਸ਼ਮਣੀ
- ਦਿਲ ਖੋਲ੍ਹ ਕੇ ਗੱਲਾਂ ਕਰਨੀਆਂ – ਅਪਣੇ ਮਨ ਦੀ ਗੱਲ ਬੇਝਿਜਕ ਕਰਨੀ
- ਘੜੀ ਪਲ ਦਾ ਪ੍ਰਾਹੁਣਾ ਹੋਣਾ – ਮੌਤ ਦੇ ਨਜ਼ਦੀਕ ਹੋਣਾ
- ਹੱਡ-ਭੰਨਵੀਂ ਕਮਾਈ ਕਰਨੀ – ਸਖ਼ਤ ਮਿਹਨਤ ਨਾਲ਼ ਕਮਾਈ ਕਰਨੀ
- ਅੱਖਾਂ ਮੀਟ ਲੈਣਾ – ਮਰ ਜਾਣਾ

੧੫

- ਟੱਕਰਾਂ ਮਾਰਨੀਆਂ – ਭਟਕਦੇ ਰਹਿਣਾ
- ਪਾਧਾ ਨਾ ਪੁੱਛਣਾ – ਪਾਧੇ (ਪੰਡਿਤ) ਤੋਂ ਲਗਨ ਮੁਹੂਰਤ ਆਦਿ ਪੁੱਛੇ ਬਿਨਾਂ ਹੀ ਕੰਮ ਕਰ ਲੈਣਾ
- {ਅਖਾਣ} ਵੇਲੇ ਦੀ ਨਮਾਜ਼ ਕੁਵੇਲੇ ਦੀਆਂ ਟੱਕਰਾਂ – ਯੋਗ ਸਮਾਂ ਬੀਤਣ ਮਗਰੋਂ ਕੀਤਾ ਕੰਮ ਠੀਕ ਨਹੀਂ ਹੁੰਦਾ

੧੭

- ਭੁੱਖ ਲਹਿਣਾ – ਮਨ ਦਾ ਮੋਹਿਆ ਜਾਣਾ; ਤ੍ਰਿਸ਼ਨਾ ਮਿਟ ਜਾਣਾ "ਗੁਰੁ ਪੂਰਾ ਹਰਿ ਉਪਦੇਸੁ ਦੇਇ ਸਭ ਭੁਖ ਲਹਿ ਜਾਈਐ" (ਪੰਨਾ: ੮੫੦)
- ਨਿਹਾਲ ਹੋਣਾ – ਮਨ ਦਾ ਪ੍ਰਸੰਨਤਾ ਨਾਲ਼ ਸੰਤੁਸ਼ਟ ਹੋਣਾ "ਕਰਿ ਕਰਿ ਵੇਖੈ ਨਦਰਿ ਨਿਹਾਲ" (ਪੰਨਾ: ੮)
- ਝਾੜ ਨਿਕਲਣਾ – ਉਪਜ ਜਾਂ ਪੈਦਾਵਾਰ ਹੋਣਾ
- ਕਪਾਟ ਖੋਲ੍ਹਣਾ – ਗਿਆਨ ਕਰਾ ਦੇਣਾ; ਕਪਾਟ: ਕ (ਸਿਰ) ਦਾ ਪਟ (ਪੜਦਾ) "ਕਹੁ ਨਾਨਕ ਗੁਰਿ ਖੋਲੇ ਕਪਾਟ" (ਪੰਨਾ: ੧੯੮)
- ਸਿਰ 'ਤੇ ਹੱਥ ਧਰਨਾ – ਸਹਾਰਾ ਦੇਣਾ; ਪਾਲਣਾ ਕਰਨੀ "ਸਮਰਥ ਗੁਰੂ ਸਿਰਿ ਹਥ ਧਰ੍ਯ੍ਯਉ" (ਪੰਨਾ: ੧੪੦੦)
- ਕੱਚ ਤੋਂ ਕੰਚਨ (ਸੋਨਾ) ਬਣਾ ਦੇਣਾ – ਗੁਣਹੀਨ ਮਨੁੱਖ ਨੂੰ ਗੁਣਵਾਨ ਬਣਾਉਣਾ "ਕਚਹੁ ਕੰਚਨੁ ਭਇਅਉ ਸਬਦੁ ਗੁਰ ਸ੍ਰਵਣਹਿ ਸੁਣਿਓ" (ਪੰਨਾ: ੧੩੯੯)

੧੯

- ਹੱਥ ਵਟਾਉਣਾ – ਕੰਮ ਵਿਚ ਮਦਦ ਕਰਨਾ
- ਤਾਣੇ-ਪੇਟੇ ਦਾ ਕੰਮ ਕਰਨਾ – ਜੁਲਾਹੇ ਦਾ ਖੱਡੀ 'ਤੇ ਕੱਪੜੇ ਬੁਣਨ ਦਾ ਕੰਮ ਕਰਨਾ
- ਮਨ ਵਿਚ ਧਾਰ ਲੈਣਾ – ਫ਼ੈਸਲਾ ਕਰ ਲੈਣਾ "ਗੁੜੁ ਕਰਿ ਗਿਆਨੁ ਧਿਆਨੁ ਕਰਿ ਮਹੂਆ ਭਉ ਭਾਠੀ ਮਨ ਧਾਰਾ" (ਪੰਨਾ: ੯੬੯)
- ਵੱਤਰ ਹੋਣਾ – ਪਾਣੀ ਦੇਣ ਜਾਂ ਮੀਂਹ ਪੈਣ ਪਿੱਛੋਂ ਭੋਂ ਦਾ ਵਾਹੁਣ-ਬੀਜਣ ਯੋਗ ਹੋਣਾ "ਰੇ ਮਨ ਵਤ੍ਰ ਬੀਜਣ ਨਾਉ" (ਪੰਨਾ: ੧੦੨੨)

੨੧
- ਵਟਾਈ ਉੱਤੇ ਜ਼ਮੀਨ ਲੈਣਾ – ਕੁਝ ਹਿੱਸੇ ਦੀ ਫ਼ਸਲ ਬਦਲੇ ਵਾਹੀ ’ਤੇ ਜ਼ਮੀਨ ਲੈਣਾ
- ਦਾਅ ਲੱਗਣਾ – ਮੌਕਾ ਮਿਲਣਾ
- ਲਾਹ-ਪਾਹ ਕਰਨੀ – ਬੇਇਜ਼ਤੀ ਕਰਨੀ

੨੩
- ਮੁੱਛਾਂ ‘ਚ ਮੁਸਕੁਰਾਉਣਾ – ਖੁੱਲ੍ਹ ਕੇ ਨਾ ਹੱਸਣਾ
- ਸੁਹਾਗਾ ਫੇਰਨਾ – ਕੀਤੇ-ਕਰਾਏ ਕੰਮ ਦਾ ਮਲੀਆ ਮੇਟ ਕਰ ਦੇਣਾ, ਕੰਮ ਦਾ ਨਾਸ਼ ਹੋ ਜਾਣਾ
- ਚੰਦ ਚਾੜ੍ਹਨਾ – ਕੋਈ ਮਾੜਾ ਕੰਮ ਕਰਕੇ ਆਉਣਾ
- ਲਾਹੇ ਦਾ ਰਿਜ਼ਕ – ਫ਼ਾਇਦੇਮੰਦ ਕੰਮ-ਧੰਦਾ
- {ਅਖਾਣ} ਨਕਲ ਵਾਸਤੇ ਵੀ ਅਕਲ ਚਾਹੀਦੀ ਏ – ਜੇ ਅਕਲ ਨਾ ਵਰਤੀਏ ਤੇ ਵੇਖ ਕੇ ਕੀਤਾ ਕੰਮ ਵੀ ਵਿਗੜ ਜਾਂਦਾ ਏ
- {ਅਖਾਣ} ਅਪਣੀ ਅਕਲ ਤੇ ਪਰਾਇਆ ਧਨ ਬਹੁਤਾ ਜਾਪਦਾ ਏ – ਅਗਲਿਆਂ ਦੇ ਨੁਕਸ ਤੇ ਧਨ ਹਰ ਕਿਸੇ ਨੂੰ ਕਈ ਗੁਣਾ ਵੱਧ ਵਿਖਾਈ ਦੇਂਦੇ ਹਨ

੨੫
- ਘਰ ਕਰਨਾ – ਦਿਲ ’ਚ ਬਿਠਾ ਲੈਣਾ
- ਚੀਸ ਵੱਟਣਾ – ਤਿੱਖੀ ਪੀੜ ਨਾਲ਼ ਤੜਫ ਉੱਠਣਾ
- ਦਮਾਂ ਦਾ ਗਾੜ੍ਹਾ ਹੋਣਾ – ਬਹੁਤ ਧੀਰਜ ਵਾਲ਼ਾ ਹੋਣਾ
- ਟੱਸ ਤੋਂ ਮੱਸ ਨਾ ਹੋਣਾ – ਕੋਈ ਅਸਰ ਨਾ ਹੋਣਾ

੨੭
- ਘੁੰਡੀ ਖੋਲ੍ਹਣੀ – ਭੇਤ ਵਾਲ਼ੀ ਗੱਲ ਵਿਸਤਾਰ ਨਾਲ਼ ਸਮਝਾਉਣੀ
- ਅੱਖਾਂ ਖੁੱਲ੍ਹਣਾ – ਗਿਆਨ ਹੋ ਜਾਣਾ
- ਪੱਲੇ ਬੰਨ੍ਹ ਲੈਣਾ – ਪੱਕੀ ਧਾਰ ਲੈਣਾ; ਸਬਕ ਪੱਕਾ ਕਰ ਲੈਣਾ “ਨਉ ਨਿਧਿ ਨਾਮੁ ਨਿਧਾਨੁ ਹਰਿ ਮੈ ਪਲੈ ਬਧਾ ਛਿਕਿ ਜੀਉ” (ਪੰਨਾ: ੭੩)

੨੯
- ਬਾਤ ਦਾ ਬਤੰਗੜ ਬਣਾਉਣਾ – ਨਿੱਕੀ-ਜਿਹੀ ਗੱਲ ਨੂੰ ਬਹੁਤ ਵਧਾਣਾ
- ਟਿੱਚਰਾਂ ਕਰਨੀਆਂ – ਚੁੱਭਵੀਂ ਮਸ਼ਕਰੀ ਕਰਨੀ
- ਰਾਤ ਨੂੰ ਦਿਨ ਬਣਾਉਣਾ – ਬਹੁਤ ਘੱਟ ਵਿਚੋਂ ਬਹੁਤ ਕੁਝ ਖੱਟ ਲੈਣਾ

੩੧
- ਕਿਲਾ ਸਰ ਕਰ ਲੈਣਾ – ਮੁਕਾਮ ਹਾਸਲ ਕਰ ਲੈਣਾ
- ਅਕਲ ਦਾ ਵੈਰੀ ਹੋਣਾ – ਨਾਸਮਝੀ ਦੀ ਗੱਲ ਕਰਨਾ
- ਖਿਚੜੀ ਪਕਾਉਣੀ – ਲੁਕ ਕੇ ਸਲਾਹ-ਮਸ਼ਵਰਾ ਕਰਨਾ
- ਡੌਰ-ਭੌਰ ਹੋ ਜਾਣਾ – ਹੈਰਾਨ ਹੋ ਜਾਣਾ
- ਕੰਨਾਂ ’ਤੇ ਜੂੰ ਨਾ ਸਰਕਣੀ – ਕੋਈ ਅਸਰ ਨਾ ਹੋਣਾ

੩੩
- ਭੁੱਖ ਚਮਕਣਾ – ਭੁੱਖ ਦਾ ਤੇਜ਼ ਹੋ ਜਾਣਾ

- ਟਿੱਲ ਲਾਣਾ – ਸਾਰਾ ਜ਼ੋਰ ਲਗਾ ਦੇਣਾ
- {ਅਖਾਣ} ਅਪਣਾ ਨੀਂਗਰ ਪਰਾਇਆ ਢੀਂਗਰ – ਹਰ ਕਿਸੇ ਨੂੰ ਅਪਣੀ ਸ਼ੈਅ ਚੰਗੀ ਲਗਦੀ ਹੈ ਤੇ ਪਰਾਈ ਮੰਦੀ ਤੇ ਨੁਕਸਾਂ ਭਰੀ ਦਿਸਦੀ ਹੈ
- ਨਹਿਲੇ 'ਤੇ ਦਹਿਲਾ ਮਾਰਨਾ/ਸੁੱਟਣਾ – ਤੁਰਤ ਵੱਧ-ਚੜ੍ਹ ਕੇ ਜਵਾਬ ਦੇਣਾ

੩੫

- ਆਢਾ ਲਾਉਣਾ – ਵਿਰੋਧ ਕਰਨਾ
- ਸੁੱਤੀ ਕਲਾ ਜਗਾਉਣੀ – ਮੁੱਕ ਚੁੱਕੇ ਝਗੜੇ ਨੂੰ ਫਿਰ ਛੇੜਨਾ
- ਦੰਦ ਪੀਹ ਕੇ ਰਹਿ ਜਾਣਾ – ਗੁੱਸੇ ਵਿਚ ਆ ਜਾਣਾ, ਪਰ ਕੁਝ ਨਾ ਕਰ ਸਕਣਾ
- ਵਖਾਧ ਵੱਧ ਜਾਣਾ – ਮੁਸੀਬਤ/ਲੜਾਈ ਵੱਧ ਜਾਣੀ
- ਤੂੰ-ਤੂੰ ਮੈਂ-ਮੈਂ ਕਰਨਾ – ਝਗੜਾ ਕਰਨਾ
- ਹੱਥੋਪਾਈ ਹੋਣਾ – ਸਰੀਰਕ ਤੌਰ 'ਤੇ ਲੜਾਈ ਕਰਨੀ
- ਹਰਨ ਹੋਣਾ – ਖਿਸਕ ਜਾਣਾ; ਚੁੱਪ-ਚਾਪ ਨਿਕਲ਼ ਜਾਣਾ
- ਭਸੂੜੀ ਪਾ ਦੇਣਾ – ਰੌਲ਼ਾ ਪਾ ਦੇਣਾ

੩੭

- ਰਫ਼ਾ-ਦਫ਼ਾ ਕਰਨਾ – ਬਿਨਾਂ ਜਿੱਤ-ਹਾਰ ਦੇ ਝਗੜੇ ਨੂੰ ਖ਼ਤਮ ਕਰਨਾ
- {ਅਖਾਣ} ਹੱਥ ਨੂੰ ਹੱਥ ਧੋਂਦਾ ਏ – ਹਮਸਾਇਆਂ (ਗਵਾਂਢੀਆਂ) ਦੇ ਇਕ ਦੂਜੇ ਦੇ ਸਹਿਯੋਗ ਨਾਲ਼ ਕੰਮ ਸੁਖਾਲ਼ੇ ਹੁੰਦੇ ਨੇ
- ਮਾਲ ਅਟੇਰਨਾ – ਭੋਲ਼ੇ-ਭਾਲੇ ਬੰਦੇ ਨਾਲ਼ ਠੱਗੀ ਮਾਰਨਾ / ਵੱਢੀ ਮੰਗਣਾ
- ਜ਼ਿਚ ਪੈਣਾ – ਤੰਗ ਹੋਣਾ; ਬੇਵੱਸ ਹੋਣਾ

੩੯

- ਮੂੰਹ ਨੂੰ ਲਹੂ ਲੱਗਣਾ – ਵੱਢੀ ਲੈਣ ਦਾ ਸੁਆਦ ਪੈ ਜਾਣਾ; ਹਰਾਮ ਦੀ ਕਮਾਈ ਕਰਨਾ
- {ਅਖਾਣ} ਸੰਗਲਾਂ ਦੇ ਜਿੰਨ ਜੁੱਤੀਆਂ ਦੇ ਯਾਰ – ਸਿੱਧੀ ਤਰ੍ਹਾਂ ਕਾਬੂ ਨਾ ਆਉਣ ਵਾਲ਼ੇ ਲੋਕ
- ਚਾਂਦੀ ਦੀ ਜੁੱਤੀ ਮਾਰਨੀ – ਰਿਸ਼ਵਤ ਦੇਣੀ; ਵੱਢੀ ਦੇਣੀ
- ਢੋ ਬਣਾਉਣਾ – ਵਿਉਂਤ ਬਣਾਉਣਾ; ਤਰੀਕਾ ਲੱਭਣਾ
- ਟੱਸ ਤੋਂ ਮੱਸ ਨਾ ਹੋਣਾ – ਪਰਵਾਹ ਨਾ ਕਰਨੀ; ਅਸਰ ਨਾ ਹੋਣ ਦੇਣਾ
- ਮੋਰਚਾ ਲਾਉਣਾ – ਮੁਕਾਬਲਾ ਸ਼ੁਰੂ ਕਰਨਾ

੪੧

- ਮੋਰਚਾ ਸਾਂਭਣਾ – ਡੱਟ ਕੇ ਮੁਕਾਬਲਾ ਕਰਨਾ
- ਮੋਰਚਾ ਮਾਰਨਾ – ਸਫਲਤਾ ਪ੍ਰਾਪਤ ਕਰਨੀ
- ਲੇਖਾ ਨਬੇੜਨਾ – ਹਿਸਾਬ-ਕਿਤਾਬ ਬਰਾਬਰ ਕਰਨਾ "ਗੁਰਮੁਖਿ ਪਤਿ ਸਿਉ ਲੇਖਾ ਨਿਬੜੈ ਬਖਸੇ ਸਿਫਤਿ ਭੰਡਾਰ" (ਪੰਨਾ: ੧੨੯੦)
- ਡੁੱਲ੍ਹ ਜਾਣਾ – ਫ਼ਿਦਾ ਹੋਣਾ; ਕਾਇਲ ਹੋ ਜਾਣਾ

੪੩

- ਹੱਥ ਪੀਲ਼ੇ ਕਰਨਾ – ਕੁੜੀ ਦਾ ਵਿਆਹ ਕਰਨਾ
- ਝੱਲ ਕੁੱਦਣਾ – ਕਮਲ਼ਪੁਣਾ ਕਰਨਾ

੪੫
- ਢਿੰਡੋਰਾ/ਢੰਡੋਰਾ ਫੇਰਨਾ/ਪਿੱਟਣਾ – ਮਸ਼ਹੂਰੀ ਕਰਨੀ (ਡੌਂਡੀ ਵਜਾ ਕੇ ਹੋਕਾ ਦੇਣਾ)
- ਧੁੰਮਾਂ ਪੈ ਜਾਣੀਆਂ – ਗੱਲ ਫੈਲ ਜਾਣੀ
- ਯੱਭਲ਼ੀਆਂ ਮਾਰਨਾ – ਬੇਮਤਲਬ ਗੱਲਾਂ ਕਰਨੀਆਂ
- ਟਹਿਲ-ਸੇਵਾ ਕਰਨੀ – ਕਿਸੇ ਦੀ ਤਾਅਬੇਦਾਰੀ ਵਿਚ ਹਰ ਛੋਟਾ-ਵੱਡਾ ਕੰਮ ਕਰਨਾ "ਗੁਰ ਕੀ ਟਹਲ ਗੁਰੂ ਕੀ ਸੇਵਾ ਗੁਰ ਕੀ ਆਗਿਆ ਭਾਣੀ" (ਪੰਨਾ: ੬੭੧)
- ਹੱਥ ਵੰਡਾਉਣਾ/ਵਟਾਉਣਾ – ਦੂਜੇ ਦੀ ਸਹਾਇਤਾ ਕਰਨੀ
- ਮੌਜੂ ਬਣਾਉਣਾ – ਮਖੌਲ ਉਡਾਉਣਾ; ਝੇਡਾਂ ਕਰਨੀਆਂ

੪੭
- ਅੱਗ ਨਾਲ਼ ਖੇਡਣਾ – ਖ਼ਤਰਾ ਮੁੱਲ ਲੈਣਾ; ਜਾਣ-ਬੁੱਝ ਕੇ ਔਖਾ ਕੰਮ ਕਰਨਾ
- ਜੌਹਰ ਵਿਖਾਉਣਾ – ਕਲਾ/ਕਮਾਲ/ਹੁਨਰ ਵਿਖਾਉਣਾ
- ਥਾਪੀ ਦੇਣਾ – ਹੌਸਲਾ ਦੇਣਾ

੪੯
- ਮਣਾਂ-ਮੂੰਹੀਂ ਫ਼ਸਲ ਹੋਣਾ – ਬਹੁਤ ਸਾਰੀ ਫ਼ਸਲ ਹੋਣਾ
- ਦਾਅ ਲਾਉਣਾ – ਮੌਕਾ ਮਿਲਣ 'ਤੇ ਅਪਣਾ ਕੰਮ ਕੱਢ ਲੈਣਾ
- ਨਜ਼ਰ/ਅੱਖ ਬਚਾ ਕੇ – ਚੋਰੀ-ਚੋਰੀ; ਚੁੱਪ-ਚੁਪੀਤੇ
- ਹੱਥ 'ਤੇ ਹੱਥ ਮਾਰ ਕੇ ਨੱਸ ਜਾਣਾ – ਖਿਸਕ ਜਾਣਾ; ਫੜਿਆ ਨਾ ਜਾਣਾ

੫੧
- ਸਾਹ ਲੈਣਾ – ਸਬਰ ਕਰਨਾ; ਉਡੀਕ ਕਰਨੀ
- ਕਾਹਲ਼ੇ ਪੈ ਜਾਣਾ – ਘਬਰਾ ਜਾਣਾ
- ਹੱਥ ਖੜ੍ਹੇ ਕਰਨਾ – ਹਾਰ ਮੰਨਣੀ; ਈਨ ਮੰਨਣੀ
- ਦਿਲ ਆ ਜਾਣਾ – ਦਿਲ ਅਪਣੇ ਵਸ ਵਿਚ ਨਾ ਰਹਿਣਾ

੫੩
- ਖਿੜੇ/ਸਿਰ ਮੱਥੇ ਮੰਨਣਾ – ਖ਼ੁਸ਼ੀ-ਖ਼ੁਸ਼ੀ ਪਰਵਾਨ ਕਰਨਾ
- ਪੈਰਾਂ ਹੇਠ ਤਲ਼ੀਆਂ ਰੱਖਣਾ / ਅੱਖਾਂ ਵਿਛਾਉਣਾ – ਬਹੁਤ ਇੱਜ਼ਤ ਮਾਣ ਕਰਨਾ
- ਸੱਧਰਾਂ ਲਾਹੁਣੀਆਂ – ਮਨ ਆਈ ਕਰਨੀ; ਰੀਝ ਪੁਗਾਉਣੀ
- ਗੋਹਾ-ਕੂੜਾ ਕਰਨਾ – ਪਸ਼ੂਆਂ ਦਾ ਗੋਹਾ ਆਦਿ ਚੁੱਕ ਕੇ ਅਕਸਰ ਪਿੰਡ ਦੇ ਬਾਹਰਵਾਰ ਲੱਗੀ ਰੂੜੀ 'ਤੇ ਪਾਉਣਾ ਤੇ ਵਾੜੇ ਨੂੰ ਸਾਫ਼ ਰੱਖਣਾ. ਗੋਹਾ ਕੰਧਾਂ ਚੌਂਕੇ ਲਿੱਪਣ ਜਾਂ ਪਾਥੀਆਂ ਪੱਥਣ ਦੇ ਵੀ ਕੰਮ ਆਉਂਦਾ ਹੈ.
- ਧਾਰ ਕੱਢਣਾ – ਦੁੱਧ ਚੋਣਾ
- ਰਚ-ਮਿਚ ਜਾਣਾ – ਘੁਲ਼-ਮਿਲ਼ ਜਾਣਾ; ਓਪਰਾਪਨ ਦੂਰ ਹੋ ਜਾਣਾ

੫੫
- ਸਤਿਬਚਨ ਕਹਿ ਕੇ ਮੰਨਣਾ – ਖ਼ੁਸ਼ੀ-ਖ਼ੁਸ਼ੀ ਪਰਵਾਨ ਕਰਨਾ "ਸਤਿ ਬਚਨ ਸਾਧੂ ਉਪਦੇਸ" (ਪੰਨਾ: ੨੯੪)
- ਮੌਕਾ ਹੱਥੋਂ ਨਾ ਛੱਡਣਾ – ਸਹੀ ਸਮੇਂ ਕੰਮ ਕਰ ਲੈਣਾ

੫੭

- {ਅਖਾਣ} ਇਹ ਜਹਾਨ ਮਿੱਠਾ ਅਗਲਾ ਕਿੰਨ ਡਿੱਠਾ – ਹੁਣ ਚੰਗਾ ਖਾ–ਪੀ, ਹੰਢਾ ਲਵੋ, ਮਨ ਦੀ ਰੀਝ ਪੂਰੀ ਕਰ ਲਵੋ, ਅੱਗੇ ਕੀ ਹੋਣਾ ਏ ਜਾਂ ਅਗਲਾ ਜਹਾਨ ਕੀਹਨੇ ਵੇਖਿਆ ਹੈ
- ਸਮੇਂ ਦਾ ਵਸਾਹ ਨਾ ਹੋਣਾ – ਹਾਲਾਤ ਮਾੜੇ ਹੋਣ ਦਾ ਡਰ ਹੋਣਾ
- ਢਿੱਡ ਵਿਚ ਚੂਹੇ ਨੱਚਣੇ – ਬਹੁਤ ਭੁੱਖ ਲੱਗਣੀ

੫੯

- ਸੁੱਖ ਨਾਲ਼ – ਰੱਬ ਸਬੱਬੀ; ਚੰਗੇ ਭਾਗਾਂ ਨਾਲ਼
- {ਅਖਾਣ} ਢਿੱਡ ਸ਼ਰਮ ਨਹੀਂ ਰਹਿਣ ਦਿੰਦਾ – ਜਦੋਂ ਭੁੱਖ ਲੱਗੀ ਹੋਵੇ, ਤਾਂ ਚੰਗੇ–ਮੰਦੇ ਕੰਮ ਕਰਨੇ ਪੈਂਦੇ ਹਨ, ਜਿਨ੍ਹਾਂ ਨੂੰ ਕਰਨ ਲੱਗਿਆਂ ਭਾਵੇਂ ਸ਼ਰਮ ਮਹਿਸੂਸ ਹੋਵੇ
- ਸਿਰ ਹਿੱਲਣਾ/ਫਿਰਨਾ – ਪਾਗਲ ਹੋ ਜਾਣਾ; ਮੱਤ ਮਾਰੀ ਜਾਣੀ
- ਖੁੰਬ ਠੱਪਣੀ – ਝਾੜਨਾ–ਝੰਬਣਾ; ਮਾਰਨਾ ਕੁੱਟਣਾ

੬੧

- ਅੱਖਾਂ ਲਿਸ਼ਕ ਪੈਣੀਆਂ – ਚਾਅ ਚੜ੍ਹ ਜਾਣਾ; ਖ਼ੁਸ਼ੀ ਨਾਲ਼ ਅੱਖਾਂ 'ਚ ਚਮਕ ਆਉਣੀ

੬੩

- ਸਾਹ ਪੀਤਾ/ਸੂਤਿਆ ਜਾਣਾ – ਡਰ ਕੇ ਸਾਹ ਲੈਣਾ ਬੰਦ ਕਰਨਾ
- ਪਰ ਮਾਰਨਾ – ਹਿੰਮਤ ਕਰਨੀ; ਕਿਸੇ ਅਧੂਰੇ ਕੰਮ ਨੂੰ ਨੇਪਰੇ ਚਾੜ੍ਹਨ ਲਈ ਪੂਰੀ ਟਿੱਲ ਲਾਉਣੀ
- ਜਾਨ ਵਿਚ ਜਾਨ ਆਉਣੀ – ਸੁੱਖ ਦਾ ਸਾਹ ਆਉਣਾ; ਆਸ ਬੱਝ ਜਾਣੀ; ਹੌਂਸਲਾ ਵੱਧਣਾ
- ਦੰਦ ਜੁੜ ਜਾਣਾ – ਹੈਰਾਨ ਹੋ ਜਾਣਾ; ਚੁੱਪ ਹੋ ਜਾਣਾ

੬੫

- {ਅਖਾਣ} ਪੇਟ ਨਾ ਪਈਆਂ ਰੋਟੀਆਂ ਤਾਂ ਸੱਭੇ ਗੱਲਾਂ ਖੋਟੀਆਂ – ਭੁੱਖ ਅੱਗੇ ਹਰ ਦੁਨਿਆਵੀ ਚੀਜ਼ ਛੋਟੀ ਹੈ; ਭੁੱਖੇ ਇਨਸਾਨ ਨੂੰ ਰੋਟੀ ਤੋਂ ਬਿਨਾਂ ਕੋਈ ਹੋਰ ਉਪਦੇਸ਼ ਨਹੀਂ ਸੁਣਦਾ
- ਭੁਗਤ ਸੁਆਰਨੀ – ਝਾੜਨਾ ਝੰਬਣਾ; ਠੀਕ ਕਰਨਾ

੬੭

- {ਅਖਾਣ} ਕਲ੍ਹਾ ਕਲੰਦਰ ਵੱਸੇ, ਤੇ ਘੜਿਓਂ ਪਾਣੀ ਨੱਸੇ – ਏਕੇ ਵਿਚ ਬਰਕਤ ਹੁੰਦੀ ਏ, ਕਲੇਸ਼ ਤੇ ਫੁੱਟ ਵਿਚ ਸਦਾ ਬਰਬਾਦੀ ਗਲ਼ ਪੈਂਦੀ ਏ
- ਖੰਡ–ਖੀਰ ਹੋਣਾ – ਇਕ–ਮਿਕ ਹੋਣਾ
- ਸੂਈ ਹੋਣਾ – ਪਸ਼ੂ ਦਾ ਬੱਚਾ ਜਣਨਾ; ਸੂਣਾ
- {ਅਖਾਣ} ਅਕਲਮੰਦ ਨੂੰ ਇਸ਼ਾਰਾ ਕਾਫ਼ੀ – ਸਮਝਦਾਰ ਬੰਦੇ ਨੂੰ ਸੈਨਤਾਂ ਨਾਲ਼ ਹੀ ਪੂਰੀ ਗੱਲ ਦੀ ਸਮਝ ਆ ਜਾਂਦੀ ਏ
- ਸੁੱਖਸਾਂਦ ਪੁੱਛਣੀ – ਹਾਲ–ਚਾਲ ਪੁੱਛਣਾ

੬੯

- {ਅਖਾਣ} ਉਤਾਵਲਾ ਸੋ ਬਾਵਲਾ – ਕਾਹਲ਼ੀ ਕਰਨਾ ਕਮਲ਼ੇ ਬੰਦੇ ਦਾ ਕੰਮ ਹੁੰਦਾ ਹੈ
- ਅੱਖਾਂ ਕੱਢਣਾ – ਗ਼ੁੱਸੇ ਵਿਚ ਡਰਾਉਣਾ; ਅੱਖਾਂ ਤਾਣ ਕੇ ਦੇਖਣਾ
- ਮੌਜੂ ਬਣਾਉਣਾ – ਮਖੌਲ ਉਡਾਉਣਾ; ਝੇਡਾਂ ਕਰਨੀਆਂ
- ਲੇਂਝ ਲੱਥਣਾ – ਚੰਬੜਨ ਵਾਲ਼ੇ ਕੰਡੇ (ਲੇਂਝ) ਵਰਗੇ ਲਾਲਚੀ ਬੰਦੇ ਜਾਂ ਵਿਘਨ ਦਾ ਪਰ੍ਹੇ ਹੋ ਜਾਣਾ ਜਾਂ ਲੱਥ ਜਾਣਾ

੭੧
- ਮੱਥਾ ਨੀਵਾਂ ਕਰਨਾ/ਕਰਵਾਉਣਾ – ਸ਼ਰਮਸਾਰ ਕਰਨਾ/ਹੋਣਾ; ਬੇਇਜ਼ਤੀ ਕਰਨੀ/ਕਰਵਾਉਣੀ
- ਗੋਂਗਲ਼ੂਆਂ ਤੋਂ ਮਿੱਟੀ ਲਾਹੁਣੀ/ਝਾੜਨੀ – ਟਾਲ਼-ਮਟੋਲ਼ ਕਰਨੀ; ਬਹਾਨੇ ਘੜਨੇ; ਟਰਕਾ ਦੇਣਾ
- ਟੱਸ ਤੋਂ ਮੱਸ ਨਾ ਹੋਣਾ – ਅੜੀ ਕਰਨੀ

੭੩
- ਦਾਅ ਲੱਗਣਾ – ਕੰਮ ਕੱਢਣ ਲਈ ਮੌਕਾ ਮਿਲਣਾ

੭੫
- ਉਸਤਾਦੀ ਕਰਨੀ – ਹੁਸ਼ਿਆਰੀ ਕਰਨੀ; ਚਾਤਰੀ ਵਿਖਾਉਣੀ; ਚਾਲਾਕੀ ਵਰਤਣੀ

੭੭
- ਅੱਗ ਖਿੱਚ ਦੇਣੀ – ਅੱਗ ਬੁਝਾ ਦੇਣੀ; ਚੁੱਲ੍ਹੇ ਤੋਂ ਸ਼ੈਅ ਚੁੱਕ ਲੈਣੀ
- ਬੁੜ ਬੁੜ ਕਰਨਾ – ਰੋਸੇ 'ਚ ਅਪਣੇ ਮੂੰਹ ਵਿਚ ਹੀ ਬੋਲੀ ਜਾਣਾ

੭੯
- ਉ਼ਲਟੀ ਵਾ ਵੱਗਣੀ – ਭੈੜਾ ਰਿਵਾਜ ਪੈ ਜਾਣਾ
- ਟਿੱਚ ਕਰਕੇ ਜਾਣਨਾ – ਕਿਸੇ ਦੀ ਪਰਵਾਹ ਨਾ ਕਰਨਾ
- ਕੰਨ ਕਤਰਨਾ – ਬਹੁਤ ਚੁਸਤ ਹੋਣਾ; ਚਾਲਾਕੀ ਨਾ਼ਲ ਠੱਗਣਾ
- ਪਾਣੀ-ਪਾਣੀ ਹੋਣਾ – ਸ਼ਰਮਿੰਦਾ ਹੋ ਜਾਣਾ

੮੧
- ਮਾੜੇ ਦਿਨ ਹੰਢਾਉਣਾ – ਗ਼ਰੀਬੀ ਵਿਚ ਦਿਨ ਗੁਜ਼ਾਰਨਾ
- ਵਾਂਢੇ ਜਾਣਾ – ਕਿਸੇ ਦੂਜੇ ਪਿੰਡ ਜਾਂ ਦੂਰ ਜਾਣਾ
- ਉੱਲੂ ਬੋਲਣਾ – ਉਜਾੜ ਹੋਣਾ; ਸੁੰਞਾ ਹੋਣਾ
- {ਅਖਾਣ} ਜਾਂਦੇ ਚੋਰ ਦੀ ਲੰਗੋਟੀ ਹੀ ਸਹੀ – ਜਦੋਂ ਬਹੁਤਾ ਲਾਭ ਮਿਲਣ ਦੀ ਥਾਂ ਥੋੜ੍ਹਾ ਲਾਭ ਮਿ਼ਲੇ ਜਾਂ ਜਦੋਂ ਕਿਸੇ ਕੰਜੂਸ ਬੰਦੇ ਪਾਸੋਂ ਥੋੜ੍ਹੀ ਬਹੁਤੀ ਸਹਾਇਤਾ ਮਿ਼ਲ ਜਾਵੇ
- ਲੰਮੀਆਂ ਤਾਣ ਕੇ ਸੌਣਾ – ਨਿਸ਼ਚਿੰਤ ਹੋ ਕੇ ਸੌਂ ਜਾਣਾ

੮੩
- ਝੇਡ ਸੁੱਝਣੀ/ਕਰਨੀ – ਮਜ਼ਾਕ ਸੁੱਝਣਾ ਜਾਂ ਸ਼ਰਾਰਤ ਕਰਨੀ
- ਸੱਤ ਪੱਤਣਾਂ ਦਾ ਤਾਰੂ ਹੋਣਾ – ਬਹੁਤ ਤਜਰਬੇਕਾਰ ਹੋਣਾ
- ਨੱਕ ਰਗੜਨਾ – ਤਰਲੇ ਕਰਨਾ
- ਕੰਨਾਂ ਨੂੰ ਹੱਥ ਲਾਉਣਾ – ਕਿਸੇ ਕੰਮ ਨੂੰ ਦੋਬਾਰਾ ਨਾ ਕਰਨ ਦੀ ਸਹੁੰ ਖਾਣੀ; ਤੌਬਾ ਕਰਨਾ
- ਮੁੜ ਪੈਰ ਨਾ ਪਾਉਣਾ – ਮੁੜ ਕੇ ਵਾਪਸ ਨਾ ਪਰਤਣਾ

੮੫
- ਭੀੜ ਹੰਢਾਉਣਾ – ਮੁਸ਼ਕਿਲ ਦਾ ਸਾਹਮਣਾ ਕਰਨਾ
- ਅੱਖਾਂ 'ਤੇ ਬਿਠਾਉਣਾ – ਬਹੁਤ ਸਤਿਕਾਰ ਕਰਨਾ

- ਗੁੱਡੀ ਚੜ੍ਹਨਾ – ਸਫਲਤਾ ਤੇ ਮਸ਼ਹੂਰੀ ਹੋਣਾ
- ਲਾਂਭੇ ਕਰਨਾ – ਰਾਹ ’ਚੋਂ ਕੱਢਣਾ

੮੭
- ਮੂੰਹ ’ਚ ਉਂਗਲ਼ ਦੇਣੀ – ਹੈਰਾਨ ਹੋਣਾ; ਡੌਰ-ਭੌਰ ਹੋਣਾ

੯੧
- ਨੀਵੀਆਂ ਪਾਉਣਾ – ਅੱਖਾਂ ਨੀਵੀਆਂ ਕਰਨਾ; ਸ਼ਰਮਿੰਦਾ ਹੋਣਾ
- ਆਸਮਾਨ ਦੇ ਤਾਰੇ ਤੋੜਨਾ – ਅਣਹੋਣਾ ਕੰਮ ਕਰ ਵਖਾਉਣਾ

੯੩
- {ਅਖਾਣ} (ਲਹਿੰਦੀ ਪੰਜਾਬੀ) ਦੇਹੁਰੇ ਦੇਹੁਰੀਆਂ ਕਾਈ ਨਾਲ ਵੈਸਿਨ, ਛੋੜ ਵੰਞਣੀਆ ਹਿਨ – ਮਹਿਲ-ਮਾੜੀਆਂ ਕੋਈ ਨਾ਼ਲ ਜਾਣਗੀਆਂ, ਸਭ ਇਥੇ ਹੀ ਛੱਡ ਜਾਣੀਆਂ ਨੇ
- ਸੋਚਾਂ ਦੇ ਘੋੜੇ ਦੌੜਾਉਣਾ – ਜਾਗਦਿਆਂ ਸੁਪਨੇ ਲੈਣਾ
- ਇਕ ਅੱਖ ਨਾ਼ਲ ਵੇਖਣਾ – ਸਭ ਨਾ਼ਲ ਇੱਕੋ-ਜਿਹਾ ਵਰਤਾਰਾ ਕਰਨਾ

੯੫
- ਗੱਲ ਦਿਲ ਨੂੰ ਲਾਉਣਾ – ਬੁਰਾ ਮਨਾਉਣਾ
- ਟਹਿਲ ਸੇਵਾ ਕਰਨੀ – ਤਾਅਬੇਦਾਰੀ/ਖ਼ਿਦਮਤ ਕਰਨੀ
- ਪਿੰਡ ਸਿਰ ’ਤੇ ਚੂਕ ਲੈਣਾ – ਪਿੰਡ ’ਚ ਰੌਲ਼ਾ ਪਾ ਦੇਣਾ
- ਅੱਤ ਕਰ ਛੋੜਨਾ – ਹੱਦ ਮੁਕਾ ਦੇਣਾ

੯੭
- {ਅਖਾਣ} ਹਮਸਾਏ, ਮਾਂ-ਪਿਉ ਜਾਏ – ਗਵਾਂਢੀ ਵੀ ਭੈਣਾਂ-ਭਰਾਵਾਂ ਵਰਗੇ ਹੁੰਦੇ ਹਨ
- ਮਤਾ ਪਕਾਉਣਾ – ਸਲਾਹ-ਮਸ਼ਵਰਾ ਕਰ ਇਕਮੱਤ ਫ਼ੈਸਲਾ ਕਰਨਾ
- {ਅਖਾਣ} ਜਮਾਤ ਕਰਾਮਾਤ – ਇੱਕਠਿਆਂ ਹੋ ਕੇ ਔਖੇ ਤੋਂ ਔਖਾ ਕੰਮ ਵੀ ਸੁਖਾ਼ਲਾ ਨਿੱਬੜ ਜਾਂਦਾ ਹੈ
- ਬੀੜਾ ਚੁੱਕਣਾ – ਜ਼ਿੰਮੇਵਾਰੀ ਲੈਣਾ; ਔਖੇ ਕੰਮ ਨੂੰ ਹੱਥ ਪਾਉਣਾ
- ਚਹੁੰ-ਕੂਟੀਂ ਧੂੰਮਾਂ ਪੈ ਜਾਣੀਆਂ – ਚਾਰੇ ਪਾਸੇ ਜਸ ਫੈਲਣਾ

੧੦੧
- ਸਿੱਕਾ ਜੰਮਿਆਂ ਹੋਣਾ – ਚੰਗਾ ਪ੍ਰਭਾਵ ਹੋਣਾ
- ਗੁਹਾਰ ਲਾਉਣਾ – ਪੁਕਾਰਨਾ; ਸੱਦ ਪਾਉਣੀ; ਹਾਕ ਮਾਰਨੀ

੧੦੩
- ਅੱਖਾਂ ਅੱਡੀਆਂ/ਟੱਡੀਆਂ ਰਹਿ ਜਾਣੀਆਂ – ਹੈਰਾਨ ਹੋ ਜਾਣਾ
- ਅਸ਼-ਅਸ਼ ਕਰ ਉੱਠਣਾ – ਤਾਰੀਫ਼ ਨਾ਼ਲ ਵਾਹ-ਵਾਹ ਕਰਨਾ
- ਦੂਣ-ਸਵਾਏ ਹੋਣਾ – ਕਈ ਗੁਣਾਂ ਵੱਧ ਜਾਣਾ
- ਰੰਗਤ ਵਿਚ ਰੰਗ ਦੇਣਾ – ਮਾਹੌਲ ਸਿਰਜਣਾ

ਹੱਥਕਿਰਤਾਂ ਤੇ ਲੋਕ-ਵਸਤਾਂ

ਇਸ ਕਿਤਾਬ ਦੀਆਂ ਬਾਤਾਂ ਪੁਰਾਣੇ ਪੰਜਾਬ ਦੀਆਂ ਬਾਤਾਂ ਨੇ। ਪਰ ਸਾਡਾ ਚੇਤਾ ਸਾਡੇ ਵਡੇਰਿਆਂ ਦੀਆਂ ਤਿੰਨ-ਚਾਰ ਪੀੜ੍ਹੀਆਂ ਪੁਰਾਣਾ ਹੀ ਹੋ ਸਕਦਾ ਹੈ, ਜੋ ਅਸੀਂ ਅਪਣੇ ਘਰਾਂ ਵਿਚ ਅਪਣੇ ਟੱਬਰਾਂ ਦੀਆਂ ਯਾਦਾਂ ਸੁਣਦੇ-ਸੁਣਾਂਦੇ ਵੱਡੇ ਹੋਏ ਹੁੰਦੇ ਹਾਂ। ਇੱਕੀਵੀਂ ਸਦੀ ਦੇ ਪਹਿਲੇ ਅੱਧ ਵਿਚ ਇਸ ਕਿਤਾਬ ਦੇ ਨੌਜਵਾਨ ਪਾਠਕਾਂ ਨੂੰ ਅਪਣੇ ਪੜਦਾਦਿਆਂ ਨੱਕੜਨਾਨਿਆਂ ਦਾ ਪੰਜਾਬ ਨਜ਼ਰ ਆਵੇਗਾ। ਇਨ੍ਹਾਂ ਬਾਤਾਂ ਨੂੰ ਪਾਂਦਿਆਂ ਤੇ ਫੇਰ ਨਾਲ਼ ਦੀਆਂ ਮੂਰਤਾਂ ਬਣਾਂਦਿਆਂ ਅਸੀਂ ਅਠਾਰਵੀਂ-ਉਨ੍ਹੀਵੀਂ ਸਦੀ ਦੇ ਪੰਜਾਬ ਨੂੰ ਧਿਆਨ ਵਿਚ ਰੱਖਿਆ ਹੈ। ਖੋਜ ਕਰਨ ਦੇ ਨਾਲ਼-ਨਾਲ਼ ਅੰਦਾਜ਼ਾ ਵੀ ਲਾਇਆ ਕਿ ਓਸ ਵੇਲੇ ਦੇ ਸਾਡੇ ਪਿੰਡ-ਗਰਾਂ ਕਿਹੋ-ਜਿਹੇ ਹੁੰਦੇ ਹੋਣਗੇ; ਸਾਡੇ ਲੋਕ ਕੱਪੜੇ-ਲੀੜੇ ਕਿਹੋ-ਜਿਹੇ ਪਹਿਨਦੇ ਹੋਣਗੇ; ਘਰਾਂ ਦਾ ਵਿਹੜਾ ਚੁੱਲ੍ਹਾ-ਚੌਂਕਾ ਕਿਹੋ-ਜਿਹਾ ਲੱਗਦਾ ਹੋਵੇਗਾ। ਹੁਣ ਤੇ ਪੰਜਾਬ ਦੀ ਸਾਰੀ ਨੁਹਾਰ ਹੀ ਬਦਲ ਗਈ ਹੈ। ਹੁਣ ਚੁੱਲ੍ਹੇ ਚੌਂਕੇ ਦੀ ਥਾਂ ਕਿਚਨ ਨੇ ਲੈ ਲਈ ਹੈ; ਘਰ ਦੀ ਬੈਠਕ ਡਰਾਇੰਗ ਰੂਮ ਬਣ ਗਈ ਹੈ। ਬੋਲੀ ਵੀ ਬਦਲ ਰਹੀ ਹੈ। ਹੁਣ ਮੁਹਾਵਰੇ ਤੇ ਅਖਾਣ ਵੀ ਕਿਤੇ ਨਹੀਂ ਸੁਣੀਂਦੇ।

ਇਹ ਕਿਤਾਬ ਸਾਡੇ ਅੱਖਾਂ ਦੇ ਸਾਹਮਣੇ ਬਦਲ ਰਹੇ ਪੰਜਾਬ ਦੀ ਰਹਿਤਲ ਤੇ ਬੋਲੀ ਨੂੰ ਸਾਂਭਣ ਦਾ ਨਿਮਾਣਾ-ਜਿਹਾ ਜਤਨ ਹੈ। ਇਸ ਕੋਸ਼ ਵਿਚ ਕਿਤਾਬ ਵਿਚ ਚਿਤਰੀਆਂ ਤੇ ਲਿਖੀਆਂ ਹੱਥਕਿਰਤਾਂ ਤੇ ਲੋਕ-ਵਸਤਾਂ, ਉਨ੍ਹਾਂ ਦੇ ਸਫ਼ਾ-ਅੰਕ, ਨਿਰੁਕਤੀ (ਸੰ. - ਸੰਸਕ੍ਰਿਤ, ਅ. - ਅਰਬੀ, ਫ਼. - ਫ਼ਾਰਸੀ, ਅੰ. - ਅੰਗਰੇਜ਼ੀ), ਅਰਥ ਤੇ ਸਮਾਨਾਰਥਕ ਸ਼ਬਦ ਦਿੱਤੇ ਹਨ। ਗੁਰਬਾਣੀ ਦੇ ਜੋ ਹਵਾਲੇ ਮਿਲ਼ ਸਕੇ, ਸਣੇ ਸਫ਼ਾ-ਅੰਕ ਦੇ ਵੀ ਲਿਖੇ ਹਨ।

ਓਟਾ ੩੨

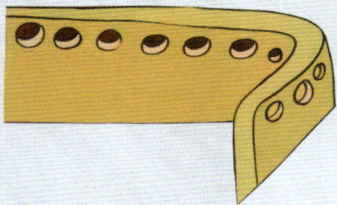

ਚੁੱਲ੍ਹੇ-ਚੌਂਕੇ ਦੇ ਪਾਸੇ ਕੀਤੀ ਓਹਲਾ ਰੱਖਣ ਲਈ ਲੱਕ ਤੀਕਣ ਉੱਚੀ ਉਸਾਰੀ ਕੰਧ; ਆਸਰਾ *"ਏਕ ਬਾਤ ਸੁਨਿ ਤਾਕੀ ਓਟਾ ਸਾਧਸੰਗਿ ਮਿਟਿ ਜਾਹੀ"* (ਪੰਨਾ: ੨੦੫)

ਅਚਾਰ ੯੮

ਫ਼. (ਆਚਾਰ) ਲੂਣ, ਮਿਰਚ, ਤੇਲ, ਰਾਈ, ਕਲ਼ੌਂਜੀ, ਸੌਂਫ਼, ਸਿਰਕਾ ਤੇ ਹੋਰ ਪਦਾਰਥਾਂ ਨੂੰ ਮਿਲ਼ਾ ਕੇ ਬਣਾਇਆ ਸਬਜ਼ੀਆਂ ਜਾਂ ਫਲਾਂ ਦਾ ਖਾਣ ਵਾਲ਼ਾ ਪਦਾਰਥ

ਆਰਸੀ ੫੦

ਸੰ. (ਆਦਰਸ਼ੀ) ਹੱਥ ਦੇ ਅੰਗੂਠੇ 'ਚ ਪਾਉਣ ਵਾਲ਼ੀ ਮੁੰਦਰੀ, ਜਿਸ ਵਿਚ ਮੂੰਹ ਤੱਕਣ ਲਈ ਨਿੱਕਾ ਗੋਲ਼ ਸ਼ੀਸ਼ਾ ਲੱਗਾ ਹੁੰਦਾ ਹੈ *"ਇਹੁ ਮਨੁ ਆਰਸੀ ਕੋਈ ਗੁਰਮੁਖਿ ਵੇਖੈ"* (ਪੰਨਾ: ੧੧੪)

ਆਵਾ ੧੩, ੧੦੧

ਬਲਦੀ ਅੱਗ ਵਿਚ ਕੱਚੀ ਮਿੱਟੀ ਦੇ ਭਾਂਡੇ ਪਕਾਉਣ ਵਾਲ਼ੀ ਭੱਠੀ; ਆਵੀ *"ਘੜਿ ਭਾਂਡੇ ਜਿਨਿ ਆਵੀ ਸਾਜੀ ਚਾੜਣ ਵਾਹੈ ਤਈ ਕੀਆ"* (ਪੰਨਾ: ੪੩੨)

ਆਲ਼ਾ ੭੦

ਸੰ. (ਆਲਯ: ਘਰ) ਕੰਧ ਵਿਚ ਦੀਵਾ ਜਾਂ ਹੋਰ ਸ਼ੈਅ ਰੱਖਣ ਲਈ ਬਣਾਈ, ਮਹਿਰਾਬ ਦੀ ਸ਼ਕਲ ਦੀ ਥਾਂ *"ਊਪਰਿ ਹਾਟੁ ਹਾਟ ਪਰਿ ਆਲਾ ਆਲੇ ਭੀਤਰਿ ਥਾਤੀ"* (ਪੰਨਾ: ੯੭੪)

ਸਣ ੧੦੧

ਸੰ. (ਸ਼ਣ) ਸਾਉਣੀ ਦੀ ਫ਼ਸਲ ਵਿਚ ਹੁੰਦਾ ਘਾਹ, ਜਿਸ ਦੀ ਛਿਲ ਦੇ ਰੱਸੇ ਵੱਟੀਂਦੇ ਹਨ; ਅੰ. (ਹੈਂਪ)

ਸੱਥ ੯੬

ਪਿੰਡ ਦੀ ਉਹ ਥਾਂ, ਜਿੱਥੇ ਲੋਕ ਵਿਹਲੇ ਵੇਲੇ ਮਿਲ਼ ਬੈਠਦੇ ਹਨ; ਸਭਾ; ਮਜਲਿਸ; ਸਾਥ *"ਮਨ ਹੀ ਨਾਲਿ ਝਗੜਾ ਮਨ ਹੀ ਨਾਲਿ ਸਥ ਮਨ ਹੀ ਮੰਝਿ ਸਮਾਇ"* (ਪੰਨਾ: ੮੭)

ਸਿਆਹੀ ੯੨

ਫ਼. ਲਿਖਣ ਵਾਸਤੇ ਵਰਤੀਂਦਾ ਕਾਲ਼ਾ ਤਰਲ; ਮਸ; ਰੋਸ਼ਨਾਈ; ਕਾਲਖ *"ਨੀਲੀ ਸਿਆਹੀ ਕਦਾ ਕਰਣੀ ਪਹਿਰਣੁ ਪੈਰ ਧਿਆਨੁ"* (ਪੰਨਾ: ੧੬).

ਸੁਹਾਗਾ ੨੨

ਬਲ਼ਦਾਂ ਨਾਲ਼ ਜੋੜਿਆ ਲੱਕੜ ਦਾ ਫੱਟਾ ਜਾਂ ਸ਼ਤੀਰ, ਜਿਸ 'ਤੇ ਖਲੋ ਕੇ ਸਿਆੜ ਕੱਢੀ ਜ਼ਮੀਨ ਨੂੰ ਪੱਧਰਿਆਂ ਕੀਤਾ ਜਾਂਦਾ ਹੈ *"ਨਾਮੁ ਬੀਜੁ ਸੰਤੋਖੁ ਸੁਹਾਗਾ ਰਖੁ ਗਰੀਬੀ ਵੇਸੁ"* (ਪੰਨਾ: ੫੯੫)

ਸੂਤ ੧੮

ਸੰ. (ਸੂਤ੍ਰ) ਕੱਪੜਾ ਬੁਣਨ ਲਈ ਰੂੰ ਕੱਤ ਕੇ ਬਣਾਇਆ ਧਾਗਾ; ਡੋਰਾ *"ਦਇਆ ਕਪਾਹ ਸੰਤੋਖੁ ਸੂਤੁ ਜਤੁ ਗੰਢੀ ਸਤੁ ਵਟੁ"* (ਪੰਨਾ: ੪੭੧)

ਸੰਜ ੮੬

ਘੋੜੇ, ਊਠ ਆਦਿ ਦੀ ਪਿੱਠ ਤੇ ਗਲ਼ 'ਤੇ ਪਾਇਆ ਬਸਤਰ; ਸੰਜੋਆ; ਕਵਚ; ਬਖ਼ਤਰ
"ਸਤਿਗੁਰੂ ਕਾ ਖੜਗੁ ਸੰਜੋਉ ਹਰਿ ਭਗਤਿ ਹੈ ਜਿਤੁ ਕਾਲੁ ਕੰਟਕੁ ਮਾਰਿ ਵਿਡਾਰਿਆ" (ਪੰਨਾ: ੩੧੨)

ਸੰਦੂਕ ੧੨

ਅ. ਰਜ਼ਾਈਆਂ ਤੇ ਹੋਰ ਕੱਪੜੇ ਰੱਖਣ ਵਾਲ਼ੀ ਲੱਕੜ ਦੀ ਪੇਟੀ. ਇਹ ਸ਼ਬਦ ਕਈ ਬੋਲੀਆਂ ਵਿਚ ਵਰਤੀਂਦਾ ਹੈ

ਹਲ਼ ੧੯

ਸੰ. ਜ਼ਮੀਨ ਵਾਹੁਣ ਦਾ ਸੰਦ
"ਹਲੁ ਜੋਤੈ ਉਦਮੁ ਕਰੇ ਮੇਰਾ ਪੁਤੁ ਧੀ ਖਾਇ"
(ਪੰਨਾ: ੧੬੬)

ਹਾਰਾ ੨੮

ਸੰ. (ਹਰਾਲਯ) ਹਰ (ਅਗਨਿ) ਦਾ ਆਲਯ (ਘਰ); ਢੋਲ ਦੀ ਸ਼ਕਲ ਦਾ ਮਿੱਟੀ ਦਾ ਪਾਤਰ, ਜਿਸ ਵਿਚ ਪਾਥੀਆਂ ਬਾਲ਼ ਕੇ ਦੁੱਧ ਕਾੜ੍ਹੀਦਾ ਜਾਂ ਦਾਲ਼ ਰਿੰਨ੍ਹੀਦੀ ਹੈ

ਕਹੀ ੧੪

ਮਿੱਟੀ ਪੁੱਟਣ ਵਾਲ਼ਾ ਸੰਦ, ਜਿਸ 'ਚ ਚਪਟੇ ਲੋਹੇ ਦੇ ਪੱਤ ਦੀ ਸੁਰਾਖ਼ ਵਿਚ ਲੱਕੜ ਦੀ ਹੱਥੀ ਜੜੀ ਹੁੰਦੀ ਹੈ; ਕੱਸੀ

ਕਣਕ ੧੬

ਸੰ. (ਕਨਕਮ੍: ਸੋਨਾ, ਸੋਨੇ ਵਰਗਾ) ਪੰਜਾਬ ਦਾ ਮੁੱਖ ਅਨਾਜ; ਗੋਧੂਮ; ਗੰਦਮ; ਕਣਕ ਦੇ ਬੂਟੇ ਦੇ ਹਿੱਸੇ: ਸਿੱਟੇ, ਬੱਲੀਆਂ, ਤੂੜੀ, ਨਾੜ *"ਜਤੁ ਸਤੁ ਚਾਵਲ ਦਇਆ ਕਣਕ ਕਰਿ ਪ੍ਰਾਪਤਿ ਪਾਤੀ ਧਾਨੁ"* (ਪੰਨਾ: ੧੩੨੯)

ਕਪਾਟ ੬

ਸੰ. (ਕਪਾਟੰ) ਜੋ ਹਵਾ ਨੂੰ ਰੋਕੇ, ਪਟ (ਪਰਦਾ); ਕਵਾਟ; ਕਿਵਾੜ; ਤਖ਼ਤਾ; ਬੂਹਾ; ਬਾਰ; ਦਰਵਾਜ਼ਾ *"ਕਹੁ ਨਾਨਕ ਗੁਰਿ ਖੋਲੇ ਕਪਾਟ"* (ਪੰਨਾ: ੧੯੮)

ਕਬੱਡੀ ੧੦੧

ਪੰਜਾਬ ਦੀ ਕੌਮੀ ਖੇਡ, ਜਿਹਦੇ 'ਚ ਇਕ ਧਿਰ ਦਾ ਧਾਵੀ ਦੂਜੀ ਧਿਰ ਦੇ ਜਾਫੀ ਨੂੰ ਕੌਡੀ-ਕੌਡੀ ਉਚਾਰਦਿਆਂ ਫੜ ਕੇ ਥੱਲੇ ਸੁੱਟਣ ਦਾ ਜਤਨ ਕਰਦਾ ਹੈ

ਕਮੰਡਲ ੨੪

ਸਾਧੂਆਂ ਦਾ ਮਿੱਟੀ, ਲੱਕੜੀ, ਨਾਰੀਅਲ ਖੋਪੇ ਜਾਂ ਪਿੱਤਲ਼ ਦਾ ਬਣਿਆ ਹੱਥ (ਕਰ) ਵਿਚ ਫੜਨ ਵਾਲ਼ਾ ਜਲ-ਪਾਤ੍ਰ; ਕਰਮੰਡਲ *"ਹਾਥ ਕਮੰਡਲੁ ਕਾਪੜੀਆ ਮਨਿ ਤ੍ਰਿਸਨਾ ਉਪਜੀ ਭਾਰੀ"* (ਪੰਨਾ: ੧੦੧੨)

ਕਲਮ ੯੨

ਅ. (ਕ਼ਲਮ) ਲਿਖਣ ਦਾ ਸੰਦ; ਲੇਖਣੀ
"ਕਾਗਦਿ ਕਲਮ ਨ ਲਿਖਣਹਾਰੁ" (ਪੰਨਾ: ੩)

ਕੜਛੀ ੧੦

ਸੰ. (ਕਰਰਕ੍ਸ਼ ਕਰ: ਹੱਥ ਰਕ੍ਸ਼: ਰਖਵਾਲ਼ੀ) ਲੱਕੜ ਜਾਂ ਧਾਤ ਦਾ ਵੱਡਾ ਚਮਚਾ; ਕੜਛਾ; ਡੋਈ
"ਕੜਛੀਆ ਫਿਰੰਨਿ੍ ਸੁਆਉ ਨ ਜਾਣਨਿ੍ ਸੁਞੀਆ" (ਪੰਨਾ: ੫੨੧)

ਕੜਾਹੀ ੫੨

ਲੋਹੇ ਦਾ ਕੁੰਡੇਦਾਰ, ਖੁੱਲ੍ਹੇ ਮੂੰਹ ਤੇ ਡੂੰਘੇ ਥੱਲੇ ਵਾਲ਼ਾ ਭਾਂਡਾ, ਜਿਸ ਵਿਚ ਕੜਾਹ ਆਦਿ ਪਕਾਈਦਾ ਹੈ; ਕੜਾਹਾ
"ਤਪਤ ਕੜਾਹਾ ਬੁਝਿ ਗਇਆ ਗੁਰਿ ਸੀਤਲ ਨਾਮੁ ਦੀਓ" (ਪੰਨਾ: ੧੦੦੨)

ਕਾਨੇ ੧੦੧

ਸਰਕੜੇ (ਦਰਿਆਵਾਂ ਕੰਢੇ ਹੋਣ ਵਾਲ਼ਾ ਉੱਚਾ ਘਾਹ) ਦੇ ਤੀਲੇ; ਕਾਹ; ਕਾਹਸਿ; ਕਾਹੀ; ਘਾਹ; ਸਰਕੰਡਾ; ਸਰ; ਨੜਾ; ਅੰ. (ਰੀਡ) *"ਝੂਠਿ ਵਿਗੁਤੀ ਤਾ ਪਿਰ ਮੁਤੀ ਕੁਕਹ ਕਾਹ ਸਿ ਫੁਲੇ"* (ਪੰਨਾ: ੧੧੦੮)

ਕਾੜ੍ਹਨੀ ੨੮

ਹਾਰੇ ਵਿਚ ਅੱਗ 'ਤੇ ਰੱਖੀ ਮਿੱਟੀ ਦੀ ਤੌੜੀ, ਜਿਸ ਵਿਚ ਦੁੱਧ ਕਾੜ੍ਹੀਦਾ ਹੈ

ਕੀਲੀ ੧੨

ਸੰ. (ਕੀਲਕ) ਵੱਡੀ ਮੇਖ; ਖੂੰਟੀ; ਕਿੱਲੀ

ਕੁਹਾੜਾ ੮

ਲੱਕੜੀ ਵੱਢਣ ਜਾਂ ਪਾੜਨ ਵਾਲ਼ਾ ਸੰਦ; ਕੁਠਾਰ
"ਕੰਧਿ ਕੁਹਾੜਾ ਸਿਰਿ ਘੜਾ ਵਣਿ ਕੈ ਸਰੁ ਲੋਹਾਰੁ" (ਪੰਨਾ: ੧੩੮੦) ਹਿੱਸੇ - ਫਲ਼: ਲੋਹੇ ਦਾ ਵੱਢਣ ਵਾਲ਼ਾ ਹਿੱਸਾ; ਦਸਤਾ: ਲੱਕੜ ਦਾ ਹੱਥਾ

ਕੁਦਾਲ਼ ੧੫

ਸੰ. (ਕੁੱਦਾਲ) ਕੁ (ਜ਼ਮੀਨ) ਨੂੰ ਪਾੜਨ ਵਾਲ਼ਾ, ਤਿੱਖੀ ਨੋਕ ਦਾ ਸੰਦ

ਕੁੱਪ ਤੇ ਮੂਸਲ਼ ੬

ਕੁੱਪ: ਤੂੜੀ ਸਾਂਭਣ ਲਈ ਕਣਕ ਦੇ ਨਾੜ ਦਾ ਹੀ ਬਣਾਇਆ ਢਾਂਚਾ
ਮੂਸਲ਼: ਕੁੱਪ ਦਾ ਬੋਦੀ ਵਰਗਾ ਸਿਰਾ

ਕੈਂਠਾ ੧੬

ਸੰ. (ਕੰਠ: ਗਲ਼ਾ) ਮੋਟੇ ਮਣਕਿਆਂ ਦਾ ਪਰੋਇਆ ਗਲ਼ ਵਿਚ ਪਾਉਣ ਵਾਲ਼ਾ ਮਰਦਾਂ ਦਾ ਗਹਿਣਾ; ਕੰਠਾ

ਕੋਠਾ ੨੨

ਅਨਾਜ ਆਦਿ ਰੱਖਣ ਦਾ ਕਮਰਾ; ਘਰ; ਕੋਠੜੀ
"ਗੁਰੁ ਕੁੰਜੀ ਪਾਹੂ ਨਿਵਲੁ ਮਨੁ ਕੋਠਾ ਤਨੁ ਛਤਿ" (ਪੰਨਾ: ੧੨੩੭)

ਕੌਲ ੨੨

ਕੌਲ: ਖੁੱਲ੍ਹੇ ਮੂੰਹ ਤੇ ਉੱਚੇ ਕੰਢਿਆਂ ਵਾਲ਼ਾ ਧਾਤ ਦਾ ਭਾਂਡਾ; ਕਉਲ; ਕੌਲਾ; ਪਿਆਲਾ; ਕਟੋਰਾ
ਕੌਲੀ: ਨਿੱਕਾ ਕੌਲ

ਕੰਙਣ ੫੦

ਸੰ. (ਕੰਕਣ: ਕੜਾ) ਵੀਣੀ 'ਤੇ ਪਾਉਣ ਵਾਲ਼ਾ ਗਹਿਣਾ
"ਬਿਨੁ ਕੰਤ ਪਿਆਰੇ ਨਹ ਸੂਖ ਸਾਰੇ ਹਾਰ ਕੰਙਣ ਧ੍ਰਿਗੁ ਬਨਾ" (ਪੰਨਾ: ੬੨੮)

ਕੰਙਣੀ ਵਾਲ਼ਾ ਗਲਾਸ ੬

ਪਿੱਤਲ ਦਾ ਵੱਡਾ ਪਿਆਲਾ, ਜਿਸ 'ਤੇ ਇਕ-ਦੋ ਸਜਾਵਟੀ ਲੀਕਾਂ ਤੇ ਸਿਤਾਰੇ-ਜਿਹੇ ਖੁਣੇ ਹੁੰਦੇ ਹਨ

ਕੰਧ ੧੭

ਇੱਟਾਂ ਮਿੱਟੀ ਪੱਥਰ ਆਦਿ ਦਾ ਢਾਂਚਾ, ਜੋ ਕਿਸੇ ਰਕਬੇ ਦੀ ਲੀਹਬੰਦੀ ਕਰਦਾ ਹੋਵੇ; ਦੀਵਾਰ; ਭਿੱਤ; ਫ਼ਸੀਲ *"ਕਲਰ ਕੇਰੀ ਕੰਧ ਜਿਉ ਅਹਿਨਿਸਿ ਕਿਰਿ ਢਹਿ ਪਾਇ"* (ਪੰਨਾ: ੧੮)

ਕੰਬਲ਼ੀ ੨੮

ਉੱਨ ਦਾ ਗਰਮ ਹੌਲ਼ਾ ਕੱਪੜਾ ਜਾਂ ਕੰਬਲ਼ *"ਚਲਾ ਤ ਭਿਜੈ ਕੰਬਲੀ ਰਹਾਂ ਤ ਤੁਟੈ ਨੇਹੁ"* (ਪੰਨਾ: ੧੩੭੯)

ਕੁੰਗੂ ੫੦

ਸੰ. (ਕੁੰਕਮ: ਕੇਸਰ) ਕੇਸਰ 'ਚ ਹਲ਼ਦੀ ਆਦਿ ਮਿਲ਼ਾ ਕੇ ਬਣਾਇਆ ਲਾਲ ਰੰਗ, ਜੋ ਮੱਥੇ ਤੇ ਮਾਂਗ ਵਿਚ ਸਜਾਈਦਾ ਹੈ; ਕੁਮਕੁਮਾ *"ਕਰਣੀ ਕੁੰਗੂ ਜੇ ਰਲੈ ਘਟ ਅੰਤਰਿ ਪੂਜਾ ਹੋਇ"* (ਪੰਨਾ: ੪੮੯)

ਕੁੰਡਾ ੬

੧ ਬੂਹਾ ਬੰਦ ਕਰਨ ਦੀ ਕੜੀਦਾਰ ਸੰਗਲ਼ੀ; ਕੜਾ, ਜਿਸ ਵਿਚ ਕੋਈ ਚੀਜ਼ ਅੜਾਈ ਜਾਵੇ ੨ ਹਾਥੀ ਨੂੰ ਕਾਬੂ ਕਰਨ ਵਾਲਾ ਸੰਦ; ਅੰਕੁਸ਼ *"ਮਨੁ ਕੁੰਚਰੁ ਪੀਲਕੁ ਗੁਰੂ ਗਿਆਨੁ ਕੁੰਡਾ ਜਹ ਖਿੰਚੇ ਤਹ ਜਾਇ"* (ਪੰਨਾ: ੫੧੬)

ਕੁੰਡੀ ੨੪

ਤੜਕਾ, ਗੰਢੇ-ਮਿਰਚਾਂ ਜਾਂ ਸੁੱਕਾ ਮਸਾਲਾ ਵਗ਼ੈਰਾ ਰਗੜਨ ਲਈ ਲੱਕੜ ਜਾਂ ਪੱਥਰ ਦਾ ਪਾਤ੍ਰ; ਦੌਰੀ; ਲੰਗਰੀ

ਖੱਡੀ ੧੮

੧ ਕੱਪੜੇ ਬੁਣਨ ਲਈ ਵਰਤਣ ਜਾਣ ਵਾਲ਼ਾ ਲੱਕੜੀ ਦਾ ਜੰਤਰ
੨ ਟੋਆ (ਟੋਹਾ) ਜਿਸ ਵਿਚ ਪੈਰ ਲਟਕਾ ਕੇ ਜੁਲਾਹਾ ਕੱਪੜਾ ਬੁਣਦਾ ਹੈ; ਕੁੰਭਲ

ਖੱਦਰ ੧੦੧

ਹੱਥੀਂ ਕੱਤੇ ਸੂਤ ਦਾ ਹੱਥੀਂ ਬੁਣਿਆ ਕੱਪੜ

ਖੁੱਸਾ ੬

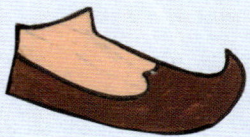

ਕਾਤਰਨੁਮਾ ਨੋਕ ਵਾਲ਼ੀ ਪੰਜਾਬੀ ਦੇਸੀ ਜੁੱਤੀ

ਖੁਣਾਈ ੩੦

ਸਰੀਰ 'ਤੇ ਸੂਈ ਨਾਲ਼ ਉਕਰਾਏ ਸਦੀਵੀ ਰਹਿੰਦੇ ਚਿੱਤਰ ਜਿਵੇਂ ਕਿ ਮੋਰਨੀ, ਚੰਦ, ਮੱਛੀ ਆਦਿ

ਖੁਰਲੀ ੮੨

ਪਸ਼ੂਆਂ ਦੇ ਚਰਨ ਵਾਸਤੇ ਪੱਠੇ ਪਾਉਣ ਲਈ ਮਿੱਟੀ ਇੱਟਾਂ ਜਾਂ ਲੱਕੜ ਦਾ ਬਣਿਆ ਚੁਬੱਚੇ ਵਰਗਾ ਪਾਤ੍ਰ

ਖੂੰਡੀ ੨੪

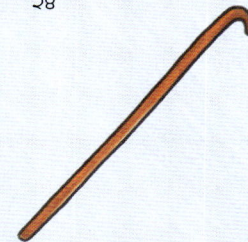

ਹੱਥ ਵਿਚ ਫੜਨ ਵਾਲ਼ੀ ਸੋਟੀ, ਜਿਹਦਾ ਸਿਰਾ ਰਤਾ ਮੁੜਿਆ ਹੁੰਦਾ ਹੈ *"ਚੜਿ ਕੈ ਘੋੜੜੈ ਕੁੰਦੇ ਪਕੜਹਿ ਖੂੰਡੀ ਦੀ ਖੇਡਾਰੀ"* (ਪੰਨਾ: ੩੨੨)

ਖੇਸ ੩੦

ਅ. (ਖ਼ੇਸ਼) ਓਢਣ ਲਈ ਮੋਟੀ ਬੁਣਤੀ ਦਾ ਵਸਤਰ
ਖੇਸੀ: ਛੋਟਾ ਖੇਸ; ਭੂਰਾ

ਗੜਵਾ ੬੬

ਪਿੱਤਲ ਦੀ ਧਾਤ ਦਾ ਪਾਣੀ ਪੀਣ ਵਾਲ਼ਾ ਭਾਂਡਾ; ਗੜਬਾ; ਗੜਵੀ; ਲੋਟਾ *"ਗਲੀ ਜਿਨ੍ਾ ਜਪਮਾਲੀਆ ਲੋਟੇ ਹਥਿ ਨਿਬਗ"* (ਪੰਨਾ: ੪੭੬)

ਗੱਡਾ ੯੬

ਬੋਝ ਢੋਣ ਵਾਲ਼ਾ ਦੋ-ਪਹੀਆ ਵਾਹਨ, ਜਿਹਨੂੰ ਬਲ਼ਦ ਖਿੱਚਦੇ ਹਨ; ਰੇੜ੍ਹਾ; ਠੇਲ੍ਹਾ
"ਪੰਚ ਬੈਲ ਗਡੀਆ ਦੇਹ ਧਾਰੀ" (ਪੰਨਾ: ੮੭੯)

ਗਾਚੀ ੯੨

ਪੀਲ਼ੀ ਮਿੱਟੀ ਜਿਵੇਂ ਕਿ ਮੁਲਤਾਨੀ ਮਿੱਟੀ, ਜੋ ਫੱਟੀ ਪੋਚਣ ਲਈ ਵਰਤੀ ਜਾਂਦੀ ਹੈ; ਗਾਚਨੀ

ਗੀਟੇ ੯੫

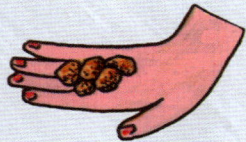

ਬੱਚਿਆਂ ਦੇ ਖੇਡਣ ਦੇ ਨਿੱਕੇ-ਨਿੱਕੇ ਗੋਲ਼ ਪੱਥਰ

ਗੁਲਦਾਨ ੯੦

ਫੁੱਲ ਟਿਕਾ ਕੇ ਰੱਖਣ ਵਾਲ਼ਾ ਪਾਤ੍ਰ

ਗੁੱਡੀਆਂ-ਪਟੋਲੇ ੯੯

ਬੱਚਿਆਂ ਦੇ ਖੇਡਣ ਨੂੰ ਕੱਪੜੇ ਦੇ ਬਣਾਏ ਜੀਵਨੁਮਾ ਖਿਡਾਉਣੇ (ਗੁੱਡੀਆਂ) ਤੇ ਉਨ੍ਹਾਂ ਦੇ ਰੇਸ਼ਮੀ ਵਸਤਰ (ਪਟੋਲੇ, ਪਟ: ਰੇਸ਼ਮ) *"ਪ੍ਰੇਮ ਪਟੋਲਾ ਤੈ ਸਹਿ ਦਿਤਾ ਢਕਣ ਕੂ ਪਤਿ ਮੇਰੀ"* (ਪੰਨਾ: ੫੨੦)

ਗੁੱਲੀ-ਡੰਡਾ ੧੦੧

ਗੁੱਲੀ ਨੂੰ ਟੁੱਲ ਮਾਰ ਕੇ ਖੇਡੀ ਜਾਣ ਵਾਲ਼ੀ ਖੇਡ

ਗੋਹਾ ੯੫

ਗਾਂ ਮੱਝ ਦਾ ਮਲ; ਗੋਬਰ
"ਗੋਹੇ ਅਤੈ ਲਕੜੀ ਅੰਦਰਿ ਕੀੜਾ ਹੋਇ"
(ਪੰਨਾ: ੪੭੨)

ਗੋਲਕ ੯੯

ਫ਼ਾ. ਨਕਦੀ ਰੱਖਣ ਦਾ ਪਾਤ੍ਰ; ਬੁਗਨੀ; ਗੱਲਾ

ਘੜਾ ੬

ਮਿੱਟੀ ਦਾ ਘੜਿਆ ਭਾਂਡਾ, ਜਿਸ ਵਿਚ ਪੀਣ ਲਈ ਪਾਣੀ ਪਾ ਕੇ ਰੱਖੀਦਾ ਹੈ; ਘਟ; ਕੁੰਭ *"ਕੰਧਿ ਕੁਹਾੜਾ ਸਿਰਿ ਘੜਾ ਵਣਿ ਕੈ ਸਰੁ ਲੋਹਾਰੁ"* (ਪੰਨਾ: ੧੩੮੦)

ਘੜਵੰਜੀ ੩੦

ਘੜਾ ਰੱਖਣ ਲਈ ਲੱਕੜ ਦਾ ਚੌਰਸ ਢਾਂਚਾ; ਘੜੌਂਜੀ

ਘੁੰਡੀ-ਬੀੜਾ ੪੨

ਘੁੰਡੀ: ਬਟਨ ਫਸਾਉਣ ਦੀ ਮਰੋੜੀ, ਵੱਟ
ਬੀੜਾ: ਅੰ. (ਬਟਨ); ਗੱਠ ਜਾਂ ਡੋਡ
“ਘੁੰਡੀ ਬਿਨੁ ਕਿਆ ਗੰਠਿ ਚੜ੍ਹਾਈਐ” (ਪੰਨਾ: ੮੭੨)

ਘੋਟਾ ੭੪

ਦੌਰੀ, ਕੂੰਡੀ, ਲੰਗਰੀ ਜਾਂ ਤੌੜੀ ਵਿਚ ਪਈ ਵਸਤ ਨੂੰ ਫੇਂਹਣ, ਕੁੱਟਣ ਲਈ ਵਰਤੀਂਦਾ ਲੱਕੜ ਦਾ ਸੰਦ; ਘੋਟਣਾ; ਸੋਟਾ; ਰਗੜਨਾ *“ਉਜਲੁ ਕੈਹਾ ਚਿਲਕਣਾ ਘੋਟਿਮ ਕਾਲੜੀ ਮਸੁ”* (ਪੰਨਾ: ੭੨੯)

ਚੱਕਾ ੬੮

ਧੁਰੇ ਦੁਆਲੇ ਘੁੰਮਣ ਵਾਲ਼ਾ ਗੋਲ਼ ਚੱਕਰ, ਜਿਵੇਂ ਗੱਡੇ ਦਾ ਚੱਕ, ਕੁੰਭਾਰ ਦਾ ਚੱਕ, ਖੂਹ ਦਾ ਚੱਕ ਆਦਿ; ਪਹੀਆ; ਪੈਹਾ *“ਕੋਲੂ ਚਰਖਾ ਚਕੀ ਚਕੁ”* (ਪੰਨਾ: ੪੬੫)

ਚੱਕੀ ੧੨

ਦਾਣੇ ਪੀਹਣ ਵਾਲ਼ਾ ਪੱਥਰ ਦਾ ਬਣਿਆ ਜੰਤ੍ਰ *“ਦੁਇ ਪੁੜ ਚਕੀ ਜੋੜਿ ਕੈ ਪੀਸਣ ਆਇ ਬਹਿਠੁ”* (ਪੰਨਾ: ੧੪੨)

ਚਰਖ਼ਾ ੬੪

ਸੰ. (ਚਰਖਾ) ਫ਼ਾ.(ਚਰਖ਼ਹ) ਰੂੰ ਤੋਂ ਸੂਤ ਕੱਤਣ ਵਾਲ਼ਾ ਜੰਤ੍ਰ *“ਕੋਲੂ ਚਰਖਾ ਚਕੀ ਚਕੁ”* (ਪੰਨਾ: ੪੬੫)

ਚਾਟੀ ੭੨

ਦਹੀਂ ਰਿੜਕਣ ਵਾਲ਼ਾ ਮਿੱਟੀ ਦਾ ਘੜਾ; ਮੱਟੀ; ਮਟਕੀ *“ਤਨੁ ਕਰਿ ਮਟੁਕੀ ਮਨ ਮਾਹਿ ਬਿਲੋਈ”* (ਪੰਨਾ: ੪੭੮)

ਚਾਦਰ ੭੦, ੬੦

ਫ਼ਾ. ਓਢਣ ਦਾ ਵਸਤ੍ਰ
੧ ਲੱਕ ’ਤੇ ਬੰਨ੍ਹਣ ਵਾਲ਼ਾ (ਚਾਦਰਾ; ਤੰਬਾ)
੨ ਬਿਸਤਰੇ ’ਤੇ ਵਿਛਾਉਣ ਵਾਲ਼ਾ ਕੱਪੜਾ

ਚੁਬਾਰਾ ੪੬

ਮਕਾਨ ਦੀ ਦੂਸਰੀ ਮੰਜ਼ਿਲ ’ਤੇ ‘ਚਾਰ ਬਾਰੀਆਂ ਜਾਂ ਬਾਰਾਂ (ਬੂਹਿਆਂ)’ ਵਾਲ਼ਾ ਕਮਰਾ
“ਪੁੜੁ ਧਰਤੀ ਪੁੜੁ ਪਾਣੀ ਆਸਣੁ ਚਾਰਿ ਕੁੰਟ ਚਉਬਾਰਾ” (ਪੰਨਾ: ੫੯੬)

ਚੁੱਲ੍ਹਾ ੭੬

ਰਸੋਈ-ਚੌਂਕੇ ਵਿਚ ਅੱਗ ਬਾਲ਼ ਕੇ ਭੋਜਨ ਪਕਾਉਣ ਲਈ ਬਣਾਇਆ ਢਾਂਚਾ *“ਇਕਨ੍ਹੀ ਦੁਧੁ ਸਮਾਈਐ ਇਕਿ ਚੁਲ੍ਹੈ ਰਹਨ੍ਹਿ ਚੜੇ”* (ਪੰਨਾ: ੪੭੫)

ਚੌਲ਼ ੭੩

ਦੱਖਣ-ਪੂਰਬ ਏਸ਼ੀਆ ਦਾ ਮੁੱਖ ਅਨਾਜ, ਜਿਸ ’ਤੇ ਸੰਸਾਰ ਦੇ ੫੦ ਫ਼ੀਸਦੀ ਲੋਕ ਨਿਰਭਰ ਹਨ; ਚਾਵਲ; ਧਾਨ; ਮੁੰਜੀ; ਜੀਰੀ; ਝੋਨਾ; ਤੰਡੁਲ; ਚਾਉਲ *“ਕਬੀਰ ਚਾਵਲ ਕਾਰਣੇ ਤੁਖ ਕਉ ਮੁਹਲੀ ਲਾਇ”* (ਪੰਨਾ: ੯੬੫)

ਚੌਂਕਾ ੩੨

ਰੋਟੀ ਪਕਾਣ ਦਾ ਸਥਾਨ; ਚਉਕਾ
“ਮੈਲਾ ਚਉਕਾ ਮੈਲੈ ਥਾਇ” (ਪੰਨਾ: ੧੨੧)

ਚੌਂਕੀ ੫੨

ਨੀਵੇਂ ਬੈਠਣ ਲਈ ਲੱਕੜ ਦੀ ਫੱਟੀ; ਪਟੜਾ; ਚਾਰ ਪਾਵਿਆਂ ਵਾਲ਼ਾ ਆਸਨ; ਚਉਕੀ

ਚੰਗੇਰ ੮੮

ਸੰ. (ਚੰਗੇਰਿਕ) ਸਰਕੜੇ ਆਦਿ ਤੋਂ ਬਣਾਈ ਪਰਾਤ ਵਰਗੀ ਟੋਕਰੀ

ਚੰਦੋਆ ੮੮

ਛਾਂ ਕਰਨ ਲਈ ਉੱਤੇ ਬੱਝੀ ਚਾਰ ਤਣੀਆਂ ਵਾਲ਼ੀ ਸਜਾਵਟੀ ਚਾਦਰ; ਚਾਨਣੀ ਕਨਾਤ; ਸਾਇਬਾਨ *"ਤਖਤਿ ਬੈਠਾ ਅਰਜਨ ਗੁਰੂ ਸਤਿਗੁਰ ਕਾ ਖਿਵੈ ਚੰਦੋਆ"* (ਪੰਨਾ: ੯੬੮)

ਛੱਜ ੬

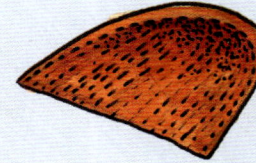

ਅੰਨ ਵਿੱਚੋਂ ਕੱਖ-ਕਾਨ, ਕੰਕਰ, ਮਿੱਟੀ ਛੱਟ ਕੇ ਵਖ ਕਰਨ ਵਾਲ਼ਾ ਕਾਨਿਆਂ ਜਾਂ ਲੋਹੇ ਦਾ ਬਣਿਆ ਘਰੇਲੂ ਸੰਦ *"ਚੂਹਾ ਖਡ ਨ ਮਾਵਈ ਤਿਕਲਿ ਬੰਨ੍ਹੈ ਛਜ"* (ਪੰਨਾ: ੧੨੮੬)

ਛੱਟ ੮੮

ਖੱਚਰ ਗਧੇ ਆਦਿ 'ਤੇ ਬੋਝ ਲੱਦਣ ਦੀ ਦੋ-ਪਾਸੀ ਥੈਲੀ; ਬੋਰੀ; ਛੱਟੀ; ਗੂਣ *"ਦਿਲਿ ਖੋਟੈ ਆਕੀ ਫਿਰਨ੍ਹਿ ਬੰਨ੍ਹਿ ਭਾਰੁ ਉਚਾਇਨ੍ਹਿ ਛਟੀਐ"* (ਪੰਨਾ: ੯੬੭)

ਛਾਬਾ ੮੨

੧ ਟੋਕਰਾ: ਤੂਤ ਦੀਆਂ ਛਿਟੀਆਂ ਜਾਂ ਬਾਂਸ ਦਾ ਬਣਿਆ ਵਸਤਾਂ ਰੱਖਣ ਵਾਲ਼ਾ ਚੌੜੇ ਮੂੰਹ ਵਾਲ਼ਾ ਪਾਤ੍ਰ
੨ ਤੱਕੜੀ: (ਤਰਾਜ਼ੂ) ਦਾ ਪੱਲੜਾ *"ਜਿਹਵਾ ਡੰਡੀ ਇਹੁ ਘਟੁ ਛਾਬਾ ਤੋਲਉ ਨਾਮੁ ਅਜਾਚੀ"* (ਪੰਨਾ: ੯੯੨)

ਛਿੱਕੂ ੧੦੦

ਰੋਟੀ ਵਗੈਰਾ ਸਾਂਭਣ ਵਾਲ਼ੀ ਨਿੱਕੀ ਟੋਕਰੀ

ਛੰਨ ੫੮

ਸੰ. ਢਕਿਆ ਹੋਇਆ; ਟੰਬੇ ਆਦਿ ਗੱਡ ਕੇ ਬਣਾਈ ਵਿੱਚੋਂ ਉੱਚੀ ਤੇ ਪਾਸਿਓਂ ਢਾਲ਼ਵੀਂ ਕੱਖਾਂ ਦੀ ਝੌਂਪੜੀ; ਝੁੱਗੀ; ਕੁੱਲੀ; ਛੱਪਰ; ਛਾਨ *"ਕਿਚਰੁ ਝਤਿ ਲਘਾਈਐ ਛਪਰਿ ਤੁਟੈ ਮੇਹੁ"* (ਪੰਨਾ: ੧੩੭੮)

ਛੰਨਾ ੧੦

ਕਾਂਸੀ, ਪਿੱਤਲ, ਤਾਂਬਾ ਆਦਿ ਧਾਤੂਆਂ ਤੋਂ ਬਣਿਆ ਚਪੇਤਲਾ ਵੱਡਾ ਕਟੋਰਾ, ਜੋ ਦੁੱਧ ਲੱਸੀ ਚੂਰੀ ਤੇ ਖਿਚੜੀ ਆਦਿ ਪੀਣ-ਖਾਣ ਲਈ ਵਰਤਿਆ ਜਾਂਦਾ ਹੈ

ਝੱਜਰੀ ੮੦

ਪਾਣੀ ਰੱਖਣ ਲਈ ਮਿੱਟੀ ਦਾ ਛੋਟਾ ਭਾਂਡਾ; ਸੁਰਾਹੀ; ਝਾਰੀ

ਝੁਮਕੀ ੫੦

ਫੁੱਲ ਦੀ ਸ਼ਕਲ ਦਾ ਇਸਤ੍ਰੀ ਦੇ ਕੰਨਾਂ ਦਾ ਝੂਮਣ ਵਾਲ਼ਾ ਗਹਿਣਾ

ਟੱਲੀ ੨੨

ਟੱਲ: ਧਾਤ ਦੇ ਗੋਲ਼ਾਕਾਰ ਖੋਲ ਵਿਚ ਲਟਕਵੀਂ ਧਾਤੂ ਦੇ ਟਕਰਾਉਣ ਨਾਲ਼ ਟੁਣਕਾਰ ਦੀ ਆਵਾਜ਼ ਪੈਦਾ ਕਰਨ ਵਾਲ਼ਾ ਪਾਤ੍ਰ; ਘੰਟਾ *"ਘੰਟਾ ਜਾ ਕਾ ਸੁਨੀਐ ਚਹੁ ਕੁੰਟ"* (ਪੰਨਾ: ੩੯੩) ਟੱਲੀ: ਨਿੱਕੀ ਘੰਟੀ

ਡਾਂਗ ੬

ਲੰਮਾ ਸੋਟਾ; ਲੱਠ
"ਪਾਪੁ ਪੁੰਨੁ ਜਾਂ ਚੈ ਡਾਂਗੀਆ ਦੁਆਰੈ ਚਿਤ੍ਰ ਗੁਪਤੁ ਲੇਖੀਆ" (ਪੰਨਾ: ੧੨੯੨)

ਡਿਓੜ੍ਹੀ ੮੬

ਸੰ. (ਦੇਹਲੀ: ਦਰਵਾਜ਼ੇ ਦੀ ਚੌਖਟ ਦੀ ਹੇਠਲੀ ਲੱਕੜ) ਮਕਾਨ ਜਾਂ ਮਹਿਲ ਦਾ ਛੱਤਿਆ ਹੋਇਆ ਦਰਸ਼ਨੀ ਦਵਾਰ; ਡਿਉਢੀ; ਦਹਲੀਜ਼; ਦੇਹਰੀ *"ਦੇਹੁਰੀ ਬੈਠੀ ਮਾਤਾ ਰੋਵੈ ਖਟੀਆ ਲੇ ਗਏ ਭਾਈ"* (ਪੰਨਾ: ੪੭੭)

ਡੋਰਾ ੧੮

ਮੋਟਾ ਧਾਗਾ; ਖੇਸ ਚਾਦਰ ਦਰੀ ਆਦਿ ਦੀ ਕੰਨੀ ਜਾ ਪੱਲੇ 'ਤੇ ਵੱਟੀਆਂ ਤੰਦਾਂ; ਬੁੰਬਲ਼

ਡੋਲੂ ੫੮

ਪਿੱਤਲ਼ ਦਾ ਹੱਥ ਨਾਲ਼ ਲਮਕਾਉਣ ਵਾਲ਼ਾ ਛੋਟਾ ਡੋਲ ਡੋਲ: ਚੌੜੇ ਮੂੰਹ ਵਾਲ਼ਾ ਪਾਤ੍ਰ, ਜਿਸ ਨਾਲ਼ ਖੂਹ ਵਿੱਚੋਂ ਪਾਣੀ ਕੱਢੀਦਾ ਹੈ "ਡੋਲੁ ਬਧਾ ਕਸਿ ਜੇਵਰੀ ਆਕਾਸਿ ਪਤਾਲਾ" (ਪੰਨਾ: ੨੨੮)

ਡੰਡੀਆਂ ੮

ਖਰੇ ਸੋਨੇ ਦੀ ਤਾਰ ਦਾ ਹੱਥਾਂ ਨਾਲ਼ ਵਲ਼ ਪਾ ਕੇ ਬਣਾਇਆ ਕੰਨਾਂ 'ਚ ਪਾਉਣ ਵਾਲ਼ਾ ਇਸਤ੍ਰੀ ਦਾ ਗਹਿਣਾ

ਢੱਡ ਤੇ ਢਾਡੀ ੧੦੦

ਢੱਡ: ਡੌਰੂ ਦੀ ਸ਼ਕਲ ਦਾ ਵਜੰਤਰੀ ਸਾਜ਼
ਢਾਡੀ: ਢੱਡ ਵਜਾ ਕੇ ਵਾਰਾਂ ਗਾਉਣ ਵਾਲ਼ਾ; ਢਾਢੀ *"ਹਉ ਢਾਢੀ ਹਰਿ ਪ੍ਰਭ ਖਸਮ ਕਾ ਹਰਿ ਕੈ ਦਰਿ ਆਇਆ"* (ਪੰਨਾ: ੯੧)

ਤਕੀਆ ੩੬

ਅ. (ਤਕੀਯਹ)
੧ ਆਸਰਾ; ਸਿਰ੍ਹਾਣਾ
੨ ਸਾਧੂ ਫ਼ਕੀਰ ਦੇ ਰਹਿਣ ਦੀ ਥਾਂ
"ਤੂੰ ਮੇਰੀ ਓਟ ਤੂੰ ਹੈ ਮੇਰਾ ਤਕੀਆ" (ਪੰਨਾ: ੧੮੧)

ਤਬੀਤ ੮

ਅ. (ਤਅਵੀਜ਼) ਪਨਾਹ; ਕਲੇਸ਼ ਤੋਂ ਬਚਾਅ ਜਾਂ ਮੁਰਾਦ ਪੂਰੀ ਹੋਣ ਲਈ ਕਾਗ਼ਜ਼ 'ਤੇ ਲਿਖਿਆ ਮੰਤ੍ਰ, ਜੋ ਧਾਤ ਵਿਚ ਬੰਦ ਕਰਕੇ ਧਾਗੇ ਨਾਲ਼ ਗਲ਼ ਵਿਚ ਪਾਇਆ ਜਾਂ ਬਾਂਹ 'ਤੇ ਬੰਨ੍ਹਿਆ ਜਾਂਦਾ ਹੈ; ਤਬੀਤੜੀ; ਤਾਵੀਜ਼

ਤਲਵਾਰ ੩੮

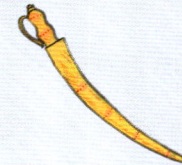

ਸੰ. (ਤਰਵਾਰ) ਅ. (ਤਲਵਾਰ) ਵਾਰ ਕਰਨ ਜਾਂ ਰੋਕਣ ਵਾਲ਼ਾ ਲੋਹੇ ਦਾ ਹਥਿਆਰ; ਸ਼ਮਸ਼ੀਰ

ਤਖ਼ਤ ੮੪

ਅ. ਫ਼ਾ. ਬੈਠਣ ਦੀ ਥਾਂ; ਰਾਜਸਿੰਘਾਸਨ
"ਤਖਤ ਨਿਵਾਸੀ ਪੰਚ ਸਮਾਇ" (ਪੰਨਾ: ੪੧੧)

ਤੱਪੜ ੯੨

ਬੋਰੀਆਂ ਦੇ ਇਕਹਿਰੇ ਪੱਲੇ ਨੂੰ ਇਕ ਦੂਜੇ ਨਾਲ਼ ਜੋੜ ਕੇ ਬਣਾਇਆ ਲੰਮਾ ਪੱਲਾ; ਟਾਟ; ਬੋਰੀ; ਦਰੀ

ਤਾਸੀ ੫੮

ਅ. ਫ਼ਾ. (ਤਾਸ: ਕਟੋਰਾ, ਪਰਾਤ); ਤਾਸੀ: ਕਟੋਰੀ, ਕੌਲੀ

ਤਾਕੀ ੧੪

ਅ. (ਤਾਕ਼) ਕੰਧ ਵਿਚ ਛੋਟਾ ਮਹਰਾਬਦਾਰ ਖੋਲ; ਆਲ਼ਾ; ਬਾਰੀ; ਕਪਾਟ; ਖਿੜਕੀ

ਤਾਣਾਪੇਟਾ ੧੯

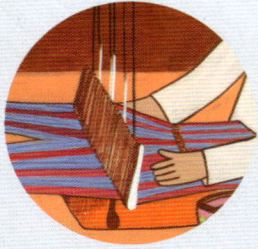

ਸੰ. (ਤਾਨਵਾਨ) ਕੱਪੜਾ ਬੁਣਨ ਲਈ ਤਿਆਰ ਕੀਤੇ ਲੰਮੇ ਤੇ ਚੌੜੇ ਰੁਖ਼ ਦੇ ਤੰਦ; ਤਾਣਾਬਾਣਾ

ਤ੍ਰਿਸ਼ੂਲ ੨੬

ਸ਼ਿਵ ਦੇਵਤਾ ਦਾ ਤਿੰਨ ਸੂਲ਼ਾਂ (ਨੋਕਾਂ) ਵਾਲ਼ਾ ਲੋਹੇ ਦਾ ਹਥਿਆਰ

ਤੌਣ ੫੨

ਗੁੰਨ੍ਹਿਆ ਹੋਇਆ ਆਟਾ

ਤੌੜੀ ੫੮

ਸਬਜ਼ੀ-ਦਾਲ ਰਿੰਨ੍ਹਣ ਲਈ ਮਿੱਟੀ ਦਾ ਛੋਟਾ ਭਾਂਡਾ; ਮਟਕੀ; ਮੱਘੀ; ਤਾਉੜੀ; ਹਾਂਡੀ ਸੰ. (ਹੰਡਿਕਾ)
"ਕੁੰਭਾਰ ਕੇ ਘਰ ਹਾਂਡੀ ਆਛੈ ਰਾਜਾ ਕੇ ਘਰ ਸਾਂਡੀ ਗੋ"
(ਪੰਨਾ: ੭੧੮)

ਤੰਦੂਰ ੫੮

ਫ਼ਾ. (ਤਨੂਰ) ਮਿੱਟੀ ਦਾ ਖੜ੍ਹਵਾਂ ਚੁੱਲ੍ਹਾ; ਖੜ੍ਹਵੀਂ ਭੱਠੀ
"ਤਨੁ ਤਪੈ ਤਨੂਰ ਜਿਉ ਬਾਲਣੁ ਹਡ ਬਲੰਨ੍ਹਿ"
(ਪੰਨਾ: ੧੩੮੪)

ਤੰਬਾ ੧੪

ਫ਼ਾ. (ਤੁੰਬਾਨ) ਲੱਕ ਤੋਂ ਪੈਰਾਂ ਤਕ ਦਾ ਮਰਦਾਵਾਂ ਵਸਤਰ; ਤਹਿਮਤ; ਪਜਾਮਾ; ਖੁੱਲ੍ਹੀ ਸਲਵਾਰ; ਚਾਦਰਾ; ਲੱਕਦੀ; ਲਾਚਾ

ਤੂੰਬੀ ੧੦੦

ਤਾਰਦਾਰ ਸਾਜ਼, ਜੋ ਕੱਦੂ ਦੀ ਜਾਤਿ ਦੇ ਫਲ (ਤੁੰਬੇ) ਨੂੰ ਚੰਮ ਨਾਲ਼ ਮੜ੍ਹਕੇ ਵਜਾਇਆ ਜਾਂਦਾ ਹੈ; ਤੂੰਬਾ

ਥੜ੍ਹਾ ੬੨

ਉੱਚੀ ਥਾਂ; ਚੌਤਰਾ; ਚਬੂਤਰਾ

ਥਾਪੀ ੪੬

ਧੋਂਦਿਆਂ ਮੈਲ਼ ਕੱਢਣ ਲਈ ਕੱਪੜੇ ਕੁੱਟਣ ਦਾ ਲੱਕੜ ਦਾ ਡੰਡਾ; ਮੋਗਰੀ

ਥਾਲ਼ੀ ੫੮

ਸੰ. (ਸ੍ਥਾਲ) ਰੋਟੀ ਦਾਲ਼ ਪਰੋਸਣ ਵਾਲ਼ਾ ਧਾਤ ਦਾ ਚਪੇਤਲਾ ਭਾਂਡਾ; ਥਾਲ਼ *"ਥਾਲ ਵਿਚਿ ਤਿਨਿ ਵਸਤੂ ਪਈਓ ਸਤੁ ਸੰਤੋਖੁ ਵੀਚਾਰੋ"* (ਪੰਨਾ: ੧੪੨੯)

ਥੰਮ ੩੬

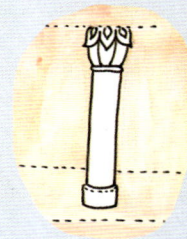

ਫ਼ਾ. (ਸਤੂਨ) ਸੰ. (ਸ੍ਤੰਭ) ਕਿਸੇ ਢਾਂਚੇ ਨੂੰ ਸਹਾਰਾ ਦੇਣ ਲਈ ਲੱਕੜ ਦੀ ਖੜ੍ਹੀ ਸ਼ਤੀਰ; ਥਮਲਾ; ਥੰਭ; ਥੰਮ੍ਹੀ
"ਬਿਸਾਰਿ ਹਰਿ ਜੀਉ ਬਿਖੈ ਭੋਗਹਿ ਤਪਤ ਥੰਮ ਗਲਿ ਲਾਇ" (ਪੰਨਾ: ੧੦੦੧)

ਦਰੀ ੧੯

ਥੱਲੇ ਜਾਂ ਮੰਜੇ 'ਤੇ ਵਿਛਾਉਣ ਲਈ ਮੋਟੇ ਸੂਤ ਜਾਂ ਉੱਨ ਦਾ ਬੁਣਿਆ ਵਿਛੌਣਾ

ਦਵਾਤ ੯੨

ਅ. ਸਿਆਹੀ ਪਾ ਕੇ ਰੱਖਣ ਵਾਲ਼ਾ ਮਿੱਟੀ, ਲੱਕੜ ਜਾਂ ਕੱਚ ਦਾ ਪਾਤਰ; ਮਸਦਾਨੀ

ਦਾਤਰੀ ੧੬

ਸੰ. (ਦਾਤ੍ਰੀ) ਹੱਥ ਨਾਲ਼ ਫ਼ਸਲ ਜਾਂ ਪੱਠੇ ਵੱਢਣ ਵਾਲ਼ਾ ਲੋਹੇ ਦਾ ਦੰਦੇਦਾਰ ਸੰਦ; ਦਾਤੀ

ਦਾਤਰ ੭੪

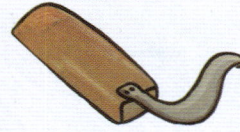

ਸਾਗ ਚੀਰਨ ਵਾਲ਼ੀ ਦਾਤਰੀ

ਦੀਵਾ ੩੦

ਸੰ. (ਦੀਵਟ) ਲੋਅ ਕਰਨ ਵਾਸਤੇ ਗੁੰਨ੍ਹੇ ਆਟੇ ਜਾਂ ਪਕਾਈ ਮਿੱਟੀ ਦੀ ਖੁੱਤੀ ਜਿਸ ਵਿਚ ਤੇਲ ਜਾਂ ਘਿਉ ਪਾ ਕੇ ਰੂੰ ਦੀ ਵੱਟੀ ਬਾਲ਼ੀ ਜਾਂਦੀ ਹੈ; ਦੀਪਕ; ਦੀਵੜਾ; ਚਿਰਾਗ਼ (ਫ਼ਾ.)
"ਬਿਨੁ ਤੇਲ ਦੀਵਾ ਕਿਉ ਜਲੈ" (ਪੰਨਾ: ੨੫)

ਦੌਣੀ ੪੦

ਇਸਤ੍ਰੀ ਦੇ ਮੱਥੇ ਦਾ ਗਹਿਣਾ; ਟਿੱਕਾ

ਨੱਥ ੪੦

ਇਸਤ੍ਰੀ ਦੇ ਨੱਕ ਦਾ ਵਾਲ਼ੀਨੁਮਾ ਗਹਿਣਾ; ਨਕੇਲ: ਨੱਕ 'ਚ ਪਾਈ ਡੋਰ
"ਨਕਿ ਨਥ ਖਸਮ ਹਥ ਕਿਰਤੁ ਧਕੇ ਦੇ" (ਪੰਨਾ: ੬੫੩)

ਨਾ਼ਲ ੧੮

ਕੱਪੜਾ ਬੁਣਨ ਲਈ ਵਰਤੀਂਦਾ ਨਾਵਨੁਮਾ ਢਾਂਚਾ ਜਿਸ 'ਚੋਂ ਸੂਤ ਨੂੰ ਵਗਾਇਆ ਜਾਂਦਾ ਹੈ; ਨਾਲ
"ਤੁਰੀ ਨਾਰਿ ਕੀ ਛੋਡੀ ਬਾਤਾ " (ਪੰਨਾ: ੮੭੧)

ਨਾ਼ਲਾ ੯੮

ਸੁੱਥਣ ਸਲਵਾਰ ਪਜਾਮੇ ਆਦਿ ਵਿਚ ਲੱਕ ਦੁਆਲ਼ੇ ਬੰਨ੍ਹਣ ਵਾਲ਼ੀ ਡੋਰ; ਨਾੜਾ

ਨੇਤਰਾ ੭੨

ਦਹੀਂ ਰਿੜਕਣ ਲਈ ਮਧਾਣੀ ਨੂੰ ਘੁਮਾਉਣ ਲਈ ਇਸ 'ਤੇ ਪਾਈ ਜਾਣ ਵਾਲ਼ੀ ਰੱਸੀ

ਪਰਾਤ ੫੨

ਸੰ. (ਪਾਤ੍ਰ) ਮਿੱਟੀ ਲੱਕੜ ਜਾਂ ਧਾਤ ਦਾ ਚੌੜਾ ਚਪੇਤਲਾ ਭਾਂਡਾ, ਜਿਸ ਵਿਚ ਆਟਾ ਗੁੰਨ੍ਹੀਦਾ ਹੈ; ਤਰਾਂਬੜੀ

ਪੱਖੀ ੪੦

ਹੱਥ ਨਾਲ਼ ਹਿਲਾ ਕੇ ਹਵਾ ਝੱਲਣ ਵਾਲਾ ਛੋਟਾ ਪੱਖਾ, ਜੋ ਡੰਡੀ 'ਤੇ ਧਾਗਿਆਂ ਨਾਲ ਉਣਿਆ ਹੁੰਦਾ ਹੈ
"ਪਖਾ ਫੇਰੀ ਪਾਣੀ ਢੋਵਾ ਜੋ ਦੇਵਹਿ ਸੋ ਖਾਈ"
(ਪੰਨਾ: ੭੫੭)

ਪੱਠੇ ੮੨

ਪਸ਼ੂਆਂ ਦੇ ਚਰਨ ਲਈ ਘਾਹ ਆਦਿ ਦਾ ਖਾਜਾ; ਚਾਰਾ

ਪਤੀਲੀ ੧੦

ਸਬਜ਼ੀ-ਦਾਲ ਰਿੰਨ੍ਹਣ ਲਈ ਧਾਤ ਦਾ ਖੁੱਲ੍ਹੇ ਮੂੰਹ ਵਾਲ਼ਾ ਭਾਂਡਾ; ਪਤੀਲਾ; ਦੇਗਚਾ

ਪਾਥੀਆਂ ੪੪

ਮੱਝ ਗਾਂ ਦੇ ਗੋਹੇ ਦੇ ਥੱਪੇ ਸੁਕਾਏ ਵੱਡੇ ਪੇੜੇ-ਜਿਹੇ, ਜੋ ਬਾਲਣ ਦੇ ਕੰਮ ਆਉਂਦੇ ਹਨ

ਪਾਵੇ ੫੮

ਚਾਰਪਾਈ (ਮੰਜੇ, ਚੌਂਕੀ ਆਦਿ) ਦੀਆਂ ਲੱਤਾਂ; ਪੈਰ
"ਪੰਚ ਮਾਰਿ ਪਾਵਾ ਤਲਿ ਦੀਨੇ" (ਪੰਨਾ: ੪੭੬)

ਪਿੱਪਲ਼ਪੱਤੀ ੪੪

ਪਿੱਪਲ਼ ਦੀਆਂ ਪੱਤੀਆਂ ਦੇ ਨਮੂਨੇ ਵਾਲ਼ਾ ਇਸਤ੍ਰੀ ਦੇ ਕੰਨਾਂ ਦਾ ਗਹਿਣਾ

ਪੀੜ੍ਹੀ, ਪੀੜ੍ਹਾ ੧੦

ਗਿੱਠ-ਦੋ-ਗਿੱਠ ਉੱਚਾ ਬੈਠਣ ਵਾਲ਼ਾ ਜ਼ਮੀਨ 'ਤੇ ਟਿਕਿਆ ਚਾਰ ਪਾਵਿਆਂ ਵਾਲ਼ਾ ਚੌਖਟਾ, ਜੋ ਵਾਣ, ਸੂਤ, ਨਵਾਰ ਆਦਿ ਦਾ ਬੁਣਿਆ ਹੁੰਦਾ ਹੈ; ਛੋਟੇ ਮੰਜੇ ਨੂੰ ਵੀ ਪੀੜ੍ਹਾ ਆਖੀਦਾ ਹੈ

ਪੇੜਾ ੫੮

੧ ਗੁੰਨ੍ਹੇ ਆਟੇ, ਮੱਖਣ ਆਦਿ ਦਾ ਗੇਂਦ-ਜਿਹਾ ਵੱਟਿਆ ਗੋਲ਼ਾ
੨ ਖੋਏ ਦੀ ਵੱਟੀ ਗੋਲ਼ ਮਠਿਆਈ

ਪੈਲ਼ੀ ੧੬

ਵਾਹੀ ਯੋਗ ਉਪਜਾਊ ਜ਼ਮੀਨ; ਖੇਤ
"ਜਿਉ ਰਾਖਾ ਖੇਤ ਊਪਰਿ ਪਰਾਏ" (ਪੰਨਾ: ੧੭੯)

ਪੋਟਲ਼ੀ ੪੦

ਸੰ. (ਪੋਟਲ) ਚੀਜ਼ਾਂ ਦੀ ਨਿੱਕੀ-ਜਿਹੀ ਗੰਢ; ਗੱਠੜੀ; ਪੰਡ
"ਬੰਨ੍ਹਿ ਉਠਾਈ ਪੋਟਲੀ ਕਿਥੈ ਵੰਞਾ ਘਤਿ"
(ਪੰਨਾ: ੧੩੭੭)

ਪੌਲੇ ੪੦

ਦੇਸੀ ਜੁੱਤੀ, ਜਿਹਦੇ ਪਿੱਛੇ ਅੱਡੀਆਂ ਨਹੀਂ ਹੁੰਦੀਆਂ; ਹੰਢਾਈ ਜੁੱਤੀ, ਜਿਹਦੀਆਂ ਅੱਡੀਆਂ ਬੈਠੀਆਂ ਹੋਣ

ਪੰਜਾ਼ਲੀ ੨੨

ਪੰਜ ਅਰਲੀਆਂ (ਕੀਲਾਂ) ਦਾ ਯੰਤ੍ਰ, ਜੋ ਲੱਕੜ ਦਾ ਬਣਿਆ ਹੁੰਦਾ ਏ ਤੇ ਹਲ਼ ਗੱਡਾ ਆਦਿ ਜੋਤਣ ਸਮੇਂ ਬਲ਼ਦਾਂ ਦੇ ਗਲ਼ ਪਾਈਦਾ ਹੈ

ਪੰਜੇਬ ੩੬

ਫ਼ਾ. (ਪਾਜ਼ੇਬ) ਇਸਤ੍ਰੀ ਦੇ ਪੈਰਾਂ ਦੀ ਜ਼ੇਬ (ਸੋਭਾ) ਵਧਾਉਣ ਤੇ ਛਣ-ਛਣ ਕਰਨ ਵਾਲ਼ਾ ਗਹਿਣਾ; ਪਾਜੇਬ; ਸਗਲਾ; ਬਾਂਕ

ਫੱਟੀ ੬੨

ਪਹਿਲੀ ਦੂਜੀ ਜਮਾਤ ਵਿਚ ਲਿਖਣ ਵਾਸਤੇ ਵਰਤੀਂਦੀ ਅੰਬ ਦੀ ਲੱਕੜੀ ਦੀ ਚੌਰਸ ਪੱਧਰੀ ਤਖ਼ਤੀ; ਪੱਟੀ *"ਸਚੀ ਪਟੀ ਸਚੁ ਮਨਿ ਪੜੀਐ ਸਬਦੁ ਸੁ ਸਾਰੁ"* (ਪੰਨਾ: ੯੩੮)

ਫਤੂਹੀ ੬

ਅ. (ਫ਼ਤੂਹੀ) ਬਾਹਵਾਂ ਬਗ਼ੈਰ ਘੱਟ ਲੰਬਾਈ ਵਾ਼ਲੀ ਘੁੰਡੀ-ਬੀੜੇ ਵਾ਼ਲੀ ਕੁੜਤੀ; ਵਾਸਕਟ; ਜਾਗਟ

ਫੁਲਕਾਰੀ ੧੦੦

ਰੰਗ, ਕਢਾਈ ਜਾਂ ਚਿਤ੍ਰ ਕੇ ਫੁੱਲਾਂ ਦੇ ਬਣਾਉਣ ਦਾ ਕਾਰ (ਕੰਮ); ਖੱਦਰ ਦੀ ਚੱਦਰ, ਜਿਸ 'ਤੇ ਫੁੱਲਾਂ ਤੇ ਹੋਰ ਨਮੂਨਿਆਂ ਦੀ ਕਢਾਈ ਕੀਤੀ ਹੁੰਦੀ ਹੈ; ਗੁਲਕਾਰੀ

ਬਸਤਾ ੯੨

ਫ਼ਾ. (ਬਸਤਹ: ਬੰਨ੍ਹਿਆ ਹੋਇਆ) ਥੈਲਾ; ਮਿਸਲਾਂ ਬੰਨ੍ਹਣ ਦਾ ਕੱਪੜਾ
ਸੰ. (ਵਸਤ੍ਰ: ਕੱਪੜਾ) *"ਬਿਆਪਤ ਹਸਤਿ ਘੋੜੇ ਅਰੁ ਬਸਤਾ"* (ਪੰਨਾ: ੧੮੧)

ਬਾਲਣ ੭੭

ਬਾ਼ਲੀ ਜਾਣ ਵਾ਼ਲੀ ਲੱਕੜੀ; ਈਂਧਨ *"ਕੁੰਨੇ ਹੇਠਿ ਜਲਾਈਐ ਬਾਲਣ ਸੰਦੈ ਥਾਇ"* (ਪੰਨਾ: ੧੩੮੧)

ਬਾ਼ਗ ੧੦੧

੧ ਫ਼ਾ. ਫੁੱਲਵਾੜੀ
੨ ਫੁਲਕਾਰੀ ਦੀ ਇਕ ਕਿਸਮ ਜਿਸ ਵਿਚ ਕੱਪੜੇ ਨੂੰ ਫੁੱਲਾਂ ਨਾਲ ਪੂਰੀ ਤਰ੍ਹਾਂ ਭਰਿਆ ਜਾਂਦਾ ਹੈ *"ਬਾਗ ਸੁਹਾਵੇ ਸੋਹਣੇ ਚਲੈ ਹੁਕਮੁ ਅਫਾਰ"* (ਪੰਨਾ: ੭੦)

ਬਾਜ਼ੂਬੰਦ ੩੬

ਬਾਂਹ 'ਤੇ ਅਰਕ ਤੋਂ ਉੱਤੇ ਬੰਨ੍ਹਿਆ ਜਾਣ ਵਾ਼ਲਾ ਗਹਿਣਾ

ਬਿਛੂਆ ੯੦

ਪੈਰ ਦੇ ਅੰਗੂਠੇ ਵਿਚ ਪਾਇਆ ਜਾਣ ਵਾ਼ਲਾ ਬਿੱਛੂ ਦੀ ਸ਼ਕਲ ਜਿਹਾ ਬਣਿਆ ਚਾਂਦੀ ਦਾ ਛੱਲਾ; ਅਠੂੰਹਾਂ (ਜ਼ਹਿਰੀਲੇ ਡੰਗ ਵਾ਼ਲਾ ਜੀਵ) *"ਸਾਕਤ ਬਚਨ ਬਿਛੂਆ ਜਿਉ ਡਸੀਐ ਤਜਿ ਸਾਕਤ ਪਰੈ ਪਰਾਰੇ"* (ਪੰਨਾ: ੯੮੧)

ਬੋਹ਼ਲ ੧੭

ਸੰ (ਬਲਜ) ਗਾਹੇ ਹੋਏ ਅਨਾਜ ਦਾ ਢੇਰ *"ਗੁਰੁ ਸਤਿਗੁਰੁ ਬੋਹਲੁ ਹਰਿ ਨਾਮ ਕਾ ਵਡਭਾਗੀ ਸਿਖ ਗੁਣ ਸਾਂਝ ਕਰਾਵਹਿ"* (ਪੰਨਾ: ੫੯੦)

ਬਾਂਸ ੧੦੧

ਪਤਲਾ ਲੰਮਾ (ਘਾਹ ਦੀ ਨਸਲ ਦਾ) ਬੂਟਾ, ਜਿਹਦੀ ਲੰਮੀਂ ਛੜ (ਵੰਝ) ਸਾਜ਼, ਮੇਜ਼-ਕੁਰਸੀਆਂ, ਝੋਂਪੜੀਆਂ ਆਦਿ ਬਣਾਉਣ ਲਈ ਵਰਤੀਂਦੀ ਹੈ *"ਅੰਧੇ ਏਕ ਨ ਲਾਗਈ ਜਿਉ ਬਾਂਸੁ ਬਜਾਈਐ ਫੂਕ"* (ਪੰਨਾ: ੧੩੭੨)

ਭੱਤਾ ੧੦੦

੧ ਕਿਸਾਨ ਜਾਂ ਕਾਮਿਆਂ ਲਈ ਖੇਤ ਨੂੰ ਘਰੋਂ ਲਿਆਂਦੀ ਦੁਪਹਿਰ ਦੀ ਰੋਟੀ
੨ ਸਿਪਾਹੀ ਦੀ ਨੌਕਰੀ ਨਾ਼ਲ ਦਿੱਤਾ ਉਹ ਧਨ, ਜੋ ਉਹਦੇ ਸਫ਼ਰ ਭੋਜਨ ਆਦਿ ਦੇ ਵਾਧੂ ਖ਼ਰਚ ਲਈ ਹੋਵੇ

ਭੜੋਲਾ ੬

ਅੰਨ ਸਾਂਭਣ ਲਈ ਮਿੱਟੀ ਦਾ ਗੋ਼ਲ ਆਦਮਕੱਦ ਢਾਂਚਾ; ਭੜੋਲੀ

ਭੂਕਨਾ ੭੬

ਚੁੱਲ੍ਹੇ ਦੀ ਅੱਗ ਫੂਕ ਮਾਰਕੇ ਤੇਜ਼ ਕਰਨ ਲਈ ਬਾਂਸ ਜਾਂ ਲੋਹੇ ਦੀ ਇਕ ਫ਼ੁਟ-ਕੁ ਲੰਮੀ ਨ਼ਲੀ

ਮਹਿਲ ੮੬

ਅ. (ਮਹਲ) ਵੱਡਾ ਆਲੀਸ਼ਾਨ ਘਰ
"ਮਹਲ ਮਹਿ ਬੈਠੇ ਅਗਮ ਅਪਾਰ" (ਪੰਨਾ: ੧੨੫੫)

ਮੱਕੀ ੦

ਸਾਉਣੀ ਦੀ ਫ਼ਸਲ ਦਾ ਟਾਂਡੇ ਦੀ ਢਾਕ 'ਤੇ ਲੱਗਣ ਵਾਲ਼ੀ ਦਾਣੇਦਾਰ ਛੱਲੀ ਤੋਂ ਪ੍ਰਾਪਤ ਅਨਾਜ; ਮਕਈ

ਮਧਾਣੀ ੭੨

ਰੱਸੀ ਨਾਲ਼ ਘੁਮਾ ਕੇ ਦਹੀਂ ਰਿੜਕਣ (ਮਥਣ, ਬਿਲੋਵਨ) ਲਈ ਵਰਤੀਂਦਾ ਲੱਕੜ ਦਾ ਲੰਮੀ ਡੰਡੀ ਥੱਲੇ ਚਾਰ ਫਰਾਂ ਵਾਲ਼ਾ ਫੁੱਲ ਲੱਗਾ ਜੰਤਰ; ਬਿਲੋਵਨਾ *"ਹਰਿ ਕਾ ਬਿਲੋਵਨਾ ਬਿਲੋਵਹੁ ਮੇਰੇ ਭਾਈ"* (ਪੰਨਾ: ੪੭੮)

ਮਰਤਬਾਨ ੯੮

ਫ਼. ਮਿੱਟੀ ਜਾਂ ਕੱਚ ਦਾ ਬਣਿਆ ਚੌੜੇ ਮੂੰਹ ਵਾਲ਼ਾ ਡੂੰਘਾ ਭਾਂਡਾ, ਜਿਸ ਵਿਚ ਅਚਾਰ ਮੁਰੱਬਾ ਆਦਿ ਪਾ ਕੇ ਰੱਖੀਦਾ ਹੈ

ਮਸ਼ਕ ੮੮

ਭੇਡ, ਬੱਕਰੀ ਜਾਂ ਹੋਰਨਾਂ ਪਸ਼ੂਆਂ ਦੀ ਖੱਲ ਦਾ ਬਣਿਆ ਪਾਣੀ ਪਾਉਣ ਵਾਲ਼ਾ ਥੈਲਾ

ਮਾਲ਼ਾ ੩੬

ਸੰ. (ਮਾਲਾ) ਫੁੱਲਾਂ ਮੋਤੀਆਂ ਹੀਰਿਆਂ ਆਦਿ ਦਾ ਹਾਰ; ਸਿਮਰਨੀ; ਜਪਨੀ; ਜਪਮਾਲਾ
"ਹਰਿ ਹਰਿ ਅਖਰ ਦੁਇ ਇਹ ਮਾਲਾ" (ਪੰਨਾ: ੩੮੮)

ਮੁਰੱਬਾ ੯੮

੧ ਅ. ਖੰਡ ਦੀ ਚਾਸ਼ਨੀ ਵਿਚ ਰਿੱਧਾ ਔਲ਼ਿਆਂ, ਸੇਬ, ਗਾਜਰਾਂ, ਅੰਬੀਆਂ ਆਦਿ ਦਾ ਖਾਣ ਵਾਲ਼ਾ ਪਦਾਰਥ
੨ ਜ਼ਮੀਨ ਦਾ ਮਾਪ, ਜਿਸ ਦੀ ਮਿਣਤੀ ਕਿਤੇ ਪੱਚੀ ਕਿਤੇ ਵੀਹ ਏਕੜ ਹੈ

ਮੂੜ੍ਹਾ ੩੮, ੯੨

ਜ਼ਮੀਨ 'ਤੇ ਬੈਠਣ ਵਾਲ਼ਾ ਗੰਨੇ ਦੀ ਖੋਰੀ ਦਾ ਬਣਾਇਆ ਪੱਧਰਾ ਸਪਾਟ ਆਸਨ; ਮ੍ਰਿਦੰਗ ਦੀ ਸ਼ਕਲ ਵਰਗਾ ਕਾਨਿਆਂ ਤੇ ਵਾਣ ਦਾ ਇਕ ਤੋਂ ਚਾਰ ਫ਼ੁੱਟ ਉੱਚਾ ਆਸਣ

ਮੰਜਾ ੧੪

ਸੰ. (ਮੰਚ) ਉੱਚੀ ਬਣੀ ਹੋਈ ਥਾਂ; ਪਲ਼ੰਘ; ਤਖ਼ਤਪੋਸ਼; ਚਾਰਪਾਈ; ਖਾਟ *"ਖਾਟ ਮਾਂਗਉ ਚਉਪਾਈ ਸਿਰਹਾਨਾ ਅਵਰ ਤੁਲਾਈ"* (ਪੰਨਾ: ੬੫੬)

ਮੁੰਜ ੧੦੧

ਸਰਕੜੇ, ਦੱਭ ਵਰਗੇ ਘਾਹਾਂ ਦੀਆਂ ਤੀਲ੍ਹਾਂ ਦਾ ਛਿਲਕਾ ਜਾਂ ਪੱਤੇ, ਜਿਨ੍ਹਾਂ ਤੋਂ ਵਾਣ ਤਿਆਰ ਕੀਤਾ ਜਾਂਦਾ ਹੈ
"ਲੁੰਜਿਤ ਮੁੰਜਿਤ ਮੋਨਿ ਜਟਾਧਰ ਅੰਤਿ ਤਊ ਮਰਨਾ" (ਪੰਨਾ: ੪੭੬)

ਮੁੰਦਰੀ ੩੬

ਸੰ. (ਮੁਦ੍ਰਿਕਾ) ਹੱਥਾਂ ਦੀਆਂ ਉਂਗਲ਼ਾਂ ਵਿਚ ਪਹਿਰਨ ਵਾਲ਼ਾ ਗਹਿਣਾ; ਮੁੰਦੀ; ਛਾਪ; ਛੱਲਾ; ਅੰਗੂਠੀ
"ਮਧੁਸੂਦਨੁ ਕਰ ਮੁੰਦਰੀ ਪਹਿਰੈ ਪਰਮੇਸਰੁ ਪਟੁ ਲੇਈ" (ਪੰਨਾ: ੩੫੯)

ਰਾਣੀਹਾਰ ੧੦੨

ਰਾਣੀ ਦੇ ਪਹਿਨਣ ਵਾਲ਼ਾ ਬਹੁਮੁੱਲਾ ਹਾਰ (ਹਾਰ: ਗਲ਼ ਵਿਚ ਪਹਿਨਣ ਵਾਲ਼ਾ ਗਹਿਣਾ)
"ਹਾਰ ਡੋਰ ਰਸ ਪਾਟ ਪਟੰਬਰ ਪਿਰਿ ਲੋੜੀ ਸੀਗਾਰੀ" (ਪੰਨਾ: ੧੧੦੯)

ਰੁਦਰਾਖ ੨੪

ਸੰ. (ਰੁਦ੍ਰਾਕਸ਼) ਰੁਦ੍ਰਾਕ ਬਿਰਛ ਦੇ ਫ਼ਲਾਂ ਦੀ ਪਰੋਈ ਮਾਲ਼ਾ, ਜੋ ਸ਼ਿਵ ਜੀ ਦੇ ਭਗਤ ਪਹਿਨਦੇ ਹਨ
"ਰਿਦੈ ਕੂੜੁ ਕੰਠਿ ਰੁਦ੍ਰਾਖੰ" (ਪੰਨਾ: ੧੩੫੧)

ਲਗਾਮ ੯੬

ਫ਼ਾ. ਘੋੜੇ ਦੀ ਵਾਗ (ਡੋਰ); ਦਹਾਨਾ
"ਦੇਇ ਮੁਹਾਰ ਲਗਾਮੁ ਪਹਿਰਾਵਉ" (ਪੰਨਾ: ੩੨੯)

ਲੂਣਕੀ ੭੬

ਲੂਣ ਤੇ ਹੋਰ ਮਸਾਲੇ ਸਾਂਭਣ ਵਾਲ਼ਾ ਰਖਨਿਆਂ ਵਾਲ਼ਾ ਡੱਬਾ; ਲੂਣਦਾਨੀ

ਲੋਈ ੩੦

ਬੁੱਕਲ਼ ਮਾਰਨ ਵਾਲ਼ੀ ਉੱਨ ਦੀ ਗਰਮ ਚਾਦਰ

ਵਾਣ ੧੦੧

ਮੰਜਾ ਉਣਨ ਲਈ ਵਰਤੀਂਦੀ ਸਣ ਜਾਂ ਮੁੰਜ ਦੀ ਰੱਸੀ
"ਫਰੀਦਾ ਚਿੰਤ ਖਟੋਲਾ ਵਾਣੁ ਦੁਖੁ ਬਿਰਹਿ ਵਿਛਾਵਣ ਲੇਫੁ" (ਪੰਨਾ: ੧੩੭੯)

ਵਿਹੜਾ ੬੬

ਸੰ. (ਵਿਹਲ: ਆਕਾਸ਼, ਹਵਾ) ਘਰ ਵਿਚ ਚਾਰੇ ਪਾਸਿਓਂ ਮਕਾਨ ਜਾਂ ਕੰਧ ਨਾਲ਼ ਘਿਰੀ ਖੁੱਲ੍ਹੀ ਥਾਂ; ਵੇੜ੍ਹਾ

ਵੇਲਣਾ ੭੦, ੭੬

੧ ਰੋਟੀ ਵੇਲਣ ਵਾਲ਼ਾ ਲੱਕੜ ਜਾਂ ਪੱਥਰ ਦਾ ਗੋਲ਼ ਬੋਤਲ ਵਰਗਾ ਸੰਦ; ੨ ਕਪਾਹ ਵੇਲਣ ਵਾਲ਼ਾ ਸੰਦ, ਜਿਸ ਰਾਹੀਂ ਰੂੰ ਤੇ ਵੜੇਵਿਆਂ ਨੂੰ ਵੱਖ ਕੀਤਾ ਜਾਂਦਾ ਹੈ
"ਵੇਲਿ ਪਿੰਞਾਇਆ ਕਤਿ ਵੁਣਾਇਆ" (ਪੰਨਾ: ੯੫੫)

ਸ਼ਟਾਪੂ ੯੪

ਭੋਇੰ ਉੱਤੇ ਖ਼ਾਨੇ ਬਣਾ ਕੇ ਖੇਡੀ ਜਾਣ ਵਾਲ਼ੀ ਬਾਲੜੀਆਂ ਦੀ ਖੇਡ; ਪੀਚੋ-ਬੱਕਰੀ

ਸ਼ਮਲਾ ੮੪

ਫ਼ਾ. ਪੱਗ ਦਾ ਉਤਲਾ ਜਾਂ ਲਟਕਾਇਆ ਹੋਇਆ ਲੜ; ਤੁਰੱਾ; ਤੁਰਲਾ; ਟੌਰਾ; ਟੋਹਰਾ

ਸ਼ਾਮਲਾਟ ੯੩

ਪਿੰਡ ਵਿਚ ਸਭ ਦੀ ਸਾਂਝੀ ਭੋਇੰ; ਸ਼ਾਮਲਾਤ

ਗ਼ਲੀਚਾ ੩੬

ਫ਼ਾ. (ਗ਼ਾਲੀਚਾ) ਫ਼ਰਸ਼ 'ਤੇ ਵਿਛਾਉਣ ਵਾਲ਼ਾ ਉੱਨ ਜਾਂ ਸੂਤ ਦਾ ਸੁਹਣੀ ਬੁਣਤੀ ਵਾਲ਼ਾ ਮੋਟਾ ਦਰੀ-ਨੁਮਾ ਵਿਛੌਣਾ

ਫ਼ਾਨੂਸ ੮੪

ਫ਼ਾ. ਕੱਚ ਜਾਂ ਧਾਤ ਦਾ ਬਣਿਆ ਮ੍ਰਿਦੰਗ ਦੀ ਸ਼ਕਲ ਦਾ ਢਾਂਚਾ, ਜਿਸ ਵਿਚ ਦੀਪਕ ਜਾਂ ਮੋਮਬੱਤੀਆਂ ਜਗਾਈਆਂ ਜਾਂਦੀਆਂ ਹਨ; ਦੀਪਕਦਾਨ; ਚਿਰਾਗ਼ਦਾਨ

ਲੇਖਕਾ ਬਾਰੇ

ਗੁਰਮੀਤ ਕੌਰ ਬੱਚਿਆਂ ਲਈ ਲਿਖਦੀ ਹੈ। ਕਹਾਣੀਕਾਰ ਹੋਣ ਦੇ ਨਾਲ-ਨਾਲ ਇਹ ਪੰਜਾਬ, ਪੰਜਾਬੀ ਤੇ ਕੁਦਰਤ ਪ੍ਰੇਮਣ ਵੀ ਹੈ। ਇਹਦੀ ਲਿਖੀ ਤੇ ਛਾਪੀ 'ਸੋਹਣੇ ਪੰਜਾਬ ਦੀਆਂ ਮੋਹਣੀਆਂ ਬਾਤਾਂ' ਪੰਜਾਬੀ ਲੋਕਧਾਰਾ ਦੀ ਪਹਿਲੀ ਦੁਭਾਸ਼ੀ ਸਚਿਤੁ ਪੁਸਤਕ ਲੜੀ ਹੈ, ਜਿਹਨੇ ਪੰਜਾਬ ਦੇ ਬਾਲ ਸਾਹਿਤ ਦੀ ਨਵੀਂ ਲਹਿਰ ਨੂੰ ਜਨਮ ਦਿੱਤਾ ਹੈ। ਦੋ ਬੱਚਿਆਂ ਦੀ ਮਾਂ ਗੁਰਮੀਤ ਕੌਰ ਪੱਚੀ-ਸਾਲਾਂ ਦਾ ਆਪਣਾ ਸੌਫਟਵੇਅਰ ਇੰਜੀਨੀਅਰਿੰਗ ਦਾ ਕਿੱਤਾ ਛੱਡ ਕੇ ਕੁਲਵਕਤੀ ਲੇਖਕ-ਪ੍ਰਕਾਸ਼ਕ ਬਣ ਜਾਣ ਤੋਂ ਇਲਾਵਾ ਪੰਜਾਬ ਤੇ ਪੰਜਾਬੀ ਬੋਲੀ ਦੀ ਸਰਗਰਮ ਕਾਰਕੁੰਨ ਵੀ ਹੈ।

About the Author

Gurmeet Kaur is a children's author, storyteller, and teacher of the Punjabi language. Her book series 'Fascinating Folktales of Punjab,' the first bilingual, illustrated book series on Punjabi folklore, has created a new wave of interest in children's literature on Punjab. A mother of two, Gurmeet switched from her twenty-five years long Software Engineering career to being a full-time writer, publisher, and activist for Punjab and the Punjabi language.

ਰਾਬਤਾ

🌐 www.folktalesofpunjab.com   🅕 folktalesofpunjab

✉ folktalesofpunjab@gmail.com   📷 folktalesofpunjab

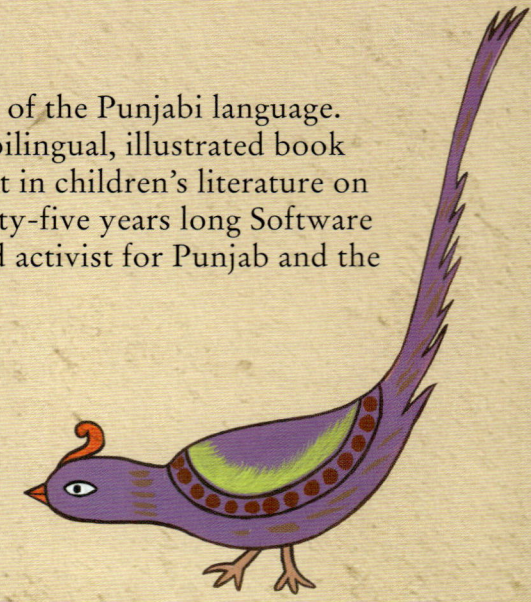

ਪਿੱਪਲ ਬਾਰੇ

'ਪਾਰਟਨਰਸ਼ਿੱਪ ਇਨ ਪ੍ਰੋਮੋਟਿੰਗ ਪੰਜਾਬੀ ਆਰਟ ਐਂਡ ਲਿਟਰੇਚਰ' (ਪਿੱਪ.ਲ) ਅਮਰੀਕਾ ਦਾ ਗ਼ੈਰਮੁਨਾਫ਼ੇਦਾਰੀ ਵਾ.ਲਾ ਅਦਾਰਾ ਹੈ। ਸੰਨ 2013 ਵਿਚ ਲੱਗੇ ਇਸ 'ਪਿੱਪ.ਲ' ਦਾ ਮਕਸਦ ਕਲਾ ਤੇ ਸਾਹਿਤ ਰਾਹੀਂ ਨਵੀਂ ਪੀੜ੍ਹੀ ਵਾਸਤੇ ਪੰਜਾਬੀ ਬੋਲੀ ਨੂੰ ਲੋਕਪ੍ਰਿਯ ਬਣਾ ਕੇ ਇਹਦਾ ਵਿਕਾਸ ਕਰਨਾ ਹੈ।

ਪਿਛਲੇ ਦਸ ਸਾਲਾਂ 'ਚ 'ਪਿੱਪ.ਲ' ਨੇ ਦੁਨੀਆ-ਭਰ ਵਿਚ ਹਜ਼ਾਰਾਂ ਬੱਚਿਆਂ ਤੇ ਉਨ੍ਹਾਂ ਦੇ ਮਾਪਿਆਂ ਤਕ ਰਸਾਈ ਕੀਤੀ ਹੈ। ਪ੍ਰਿੰਟ ਤੇ ਔਡੀਓ ਰੂਪ ਵਿਚ ਤਿਆਰ ਕੀਤੀਆਂ ਦਸ ਸਚਿਤ੍ਰ ਲੋਕ-ਕਥਾਵਾਂ ਦੀਆਂ ਕਿਤਾਬਾਂ ਜ਼ਰੀਏ ਇਸ ਅਦਾਰੇ ਨੇ ਪੰਜਾਬੀ ਬੋਲੀ ਤੇ ਸਾਹਿਤ ਦੀ ਅਮੀਰੀ ਬਾਰੇ ਉਨ੍ਹਾਂ ਦੇ ਮਨਾਂ ਅੰਦਰ ਪਿਆਰ ਦੀ ਜੋਤ ਜਗਾਈ ਹੈ। ਇਨ੍ਹਾਂ ਕਿਤਾਬਾਂ ਵਿਚ ਚਿਤ੍ਰਾਂ ਤੇ ਕਵਿਤਾ ਰਾਹੀਂ ਪੰਜਾਬੀ ਬੋਲੀ ਵਿਚ ਪੰਜਾਬ ਦੀਆਂ ਪ੍ਰਾਚੀਨ ਲੋਕ ਕਥਾਵਾਂ, ਉਨ੍ਹਾਂ ਤੋਂ ਮਿ.ਲਦੇ ਸਬਕ, ਪੁਰਾਤਨ ਵਸਤਾਂ, ਜੀਵਨ ਸ਼ੈਲੀ ਦੇ ਨਾ.ਲ-ਨਾ.ਲ ਪੰਜਾਬ ਦੇ ਬਨਸਪਤੀ ਤੇ ਜੰਤੂ ਜੀਵਨ ਨੂੰ ਵੀ ਦਰਸਾਇਆ ਗਿਆ ਹੈ। ਇਹ ਪੀੜ੍ਹੀਆਂ ਨੂੰ ਆਪਸ ਵਿਚ ਜੋੜਨ ਲਈ ਸਾਜ਼ਗਾਰ ਸਾਬਤ ਹੁੰਦੀਆਂ ਹਨ ਅਤੇ ਦੁਨੀਆ-ਭਰ ਦੇ ਸਕੂਲਾਂ ਦੀ ਪੜ੍ਹਾਈ ਲਈ ਦੋ ਭਾਸ਼ਾਵਾਂ ਸਿੱਖਣ ਦਾ ਵਧੀਆ ਸੋਮਾ ਬਣਦੀਆਂ ਹਨ। ਸੰਨ 2020 ਵਿਚ ਗਭਰੇਟਾਂ ਲਈ ਪੰਜਾਬੀ ਤੇ ਅੰਗ੍ਰੇਜ਼ੀ ਵਿਚ ਲਿਖੀ-ਛਾਪੀ ਸਚਿਤ੍ਰ ਜੀਵਨ-ਗਾਥਾ 'ਮਰਜੀਵੜਾ ਜਸਵੰਤ ਸਿੰਘ ਖਾਲੜਾ' ਨੇ ਹਜ਼ਾਰਾਂ ਨੌਜਵਾਨਾਂ ਨੂੰ ਪੰਜਾਬ ਦੇ ਵੀਹਵੀਂ ਸਦੀ ਦੇ ਇਤਿਹਾਸ ਨਾ.ਲ ਜੋੜਿਆ ਹੈ।

About PIPPAL

Partnership in Promoting Punjabi Art and Literature (PIPPAL) – a U.S. nonprofit organization was formed in 2013 to serve as a forum for promoting and popularizing the Punjabi language amongst the young generation by producing appealing art and literature. During the last ten years, PIPPAL, through its project, Fascinating Folktales of Punjab, has successfully reached thousands of young children and their parents all over the world, instilling in them a love for the richness and beauty of the Punjabi language and literature through its nine illustrated folktales books in printed and audio formats.

These books preserve ancient folktales and their life lessons, along with authentic Punjabi language, artifacts, lifestyle, flora, and fauna of Punjab through vivid illustrations and poetic text. They are great tools to connect generations and make excellent dual-language (Punjabi-English) learning resources for schools worldwide. Through the dual-language illustrated biographical account of the life and times of the iconic human rights activist Jaswant Singh Khalra, PIPPAL has connected the youth worldwide with the history of the 20th century Punjab.

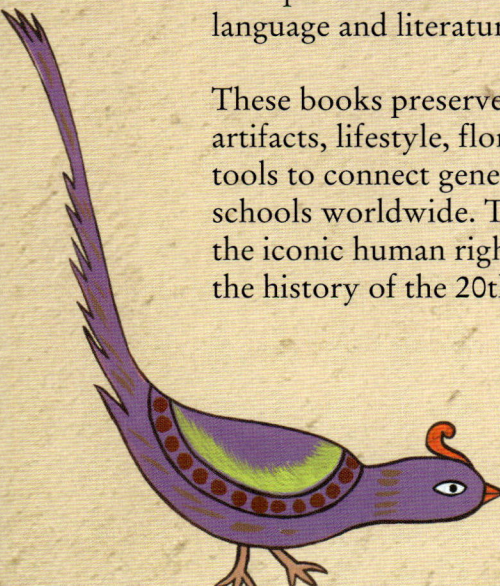

ਉਰਦੂ ਦਾ ਮੈਂ ਦੋਖੀ ਨਾਹੀਂ, ਤੇ ਦੁਸ਼ਮਣ ਨਹੀਂ ਅੰਗਰੇਜ਼ੀ ਦਾ।
ਪੁੱਛਦੇ ਓ ਮੇਰੇ ਦਿਲ ਦੀ ਬੋਲੀ, ਹਾਂ ਜੀ ਹਾਂ ਪੰਜਾਬੀ ਏ।
ਹਾਂ ਜੀ ਹਾਂ ਪੰਜਾਬੀ ਏ।

ਬੁੱਲ੍ਹਾ ਮਿਲਿਆ ਏਸੇ ਵਿੱਚੋਂ, ਏਸੇ ਵਿੱਚੋਂ ਵਾਰਿਸ ਵੀ।
ਧਾਰਾਂ ਮਿਲ੍ਹੀਆਂ ਏਸੇ ਵਿੱਚੋਂ, ਮੇਰੀ ਮਾਂ ਪੰਜਾਬੀ ਏ।
ਹਾਂ ਜੀ ਹਾਂ ਪੰਜਾਬੀ ਏ ।

ਇਹਦੇ ਬੋਲ ਕੰਨਾਂ ਵਿਚ ਪੈਂਦੇ, ਦਿਲ ਮੇਰੇ ਦੇ ਵਿਚ ਨੇ ਰਹਿੰਦੇ।
ਤਪਦੀਆਂ ਹੋਈਆਂ ਰੇਤਾਂ ਉੱਤੇ, ਇਕ ਠੰਢੀ ਛਾਂ ਪੰਜਾਬੀ ਏ।
ਹਾਂ ਜੀ ਹਾਂ ਪੰਜਾਬੀ ਏ।

ਇਹਦੇ ਦੁੱਧਾਂ ਦੇ ਵਿਚ ਮੱਖਣੀ, ਮੱਖਣਾਂ ਵਿਚ ਘਿਓ ਦੀ ਚੱਖਣੀ।
ਡੱਬ-ਖੜੱਬੀ ਦੁੱਧਲ਼ ਜੇਹੀ, ਇਕ ਸਾਡੀ ਗਾਂ ਪੰਜਾਬੀ ਏ।
ਹਾਂ ਜੀ ਹਾਂ ਪੰਜਾਬੀ ਏ।

ਉਸਤਾਦ ਚਿਰਾਗ਼ਦੀਨ ਦਾਮਨ
(੪ ਸਤੰਬਰ ੧੯੧੧ - ੩ ਦਸੰਬਰ ੧੯੮੪)